टूल अँड डाय मेकर TDM द्वितीय वर्ष मराठी MCQ

मनोज डोळे

Made with ♥ on the Notion Press Platform
www.notionpress.com

डिजिटायझेशन ही काळाची गरज आहे. भविष्यात, प्रशिक्षण अधिक सोयीस्कर आणि सोपे करण्यासाठी औद्योगिक प्रशिक्षण संस्थांमध्ये ऑनलाइन इंटरनेट वापरून प्रशिक्षण घेणे आवश्यक आहे. MCQ प्रश्नांचा संच असलेली ई-पुस्तके प्रशिक्षणार्थींना उपलब्ध करून दिली जातील कारण त्यांना त्यांच्या औद्योगिक प्रशिक्षण संस्थांमध्ये होणाऱ्या ऑनलाइन परीक्षांच्या तयारीसाठी MCQ प्रश्नांची अधिक सवय होणे आवश्यक आहे.

या सर्व बाबी लक्षात घेऊन श्री.मनोज मधुकर डोळे प्रशिक्षक, औद्योगिक प्रशिक्षण संस्था, सातारा यांनी नवीन वार्षिक प्रणाली आणि NSQF-5 अभ्यासक्रमानुसार पुस्तके लिहिली आहेत. आणि त्यांनी प्रशिक्षण सुलभ करण्यासाठी सैद्धांतिक मोबाइल ॲप्स आणि ब्लॉग तयार केले आहेत आणि हे सर्व शैक्षणिक साहित्य जगप्रसिद्ध Google Play Store, Amazon आणि Apple Book Store वर डाउनलोड करण्यासाठी उपलब्ध केले आहे.

पुस्तकांचे प्रकाशन माननीय सहसंचालक श्री राजेंद्र घुमे साहेब प्रादेशिक व्यावसायिक शिक्षण व प्रशिक्षण कार्यालय, पुणे यांच्या हस्ते दिनांक 9/1/2019 रोजी करण्यात आले, यावेळी श्री प्रकाश सायगावकर साहेब प्राचार्य शासकीय औद्योगिक प्रशिक्षण संस्था औंध पुणे, श्री तुकाराम मिसाळ साहेब प्राचार्य डॉ. सरकार प्र.संस्था सातारा, श्री सचिन धुमाळ साहेब जिल्हा व्यवसाय शिक्षण व प्रशिक्षण अधिकारी सातारा, श्री यतीन पारगावकर साहेब मुख्याध्यापक गो. प्र.संस्था कोल्हापूर, श्री विकास टेके साहेब निरीक्षक व्यावसायिक शिक्षण व प्रशिक्षण क्षेत्रीय कार्यालय पुणे, पालेकर फूड्स प्रॉडक्ट्स प्रा. लि.चे सातारा येथील उद्योजक अध्यक्ष श्री.नीळकंठराव पालेकर साहेब, हिरा फूड्स चे चेअरमन श्री.इब्राहिम बाबा तांबोळी साहेब, सौ.शाल्मली पवार मुख्याध्यापिका शासकीय तंत्रनिकेतन केंद्र सातारा व इतर मान्यवर यावेळी उपस्थित होते.

अनुक्रमणिका

प्रस्तावना

टूल अँड डाय मेकर TDM द्वितीय वर्ष मराठी MCQ हे आयटीआय इंजिनीअरिंग कोर्स टूल आणि डाय मेकर (प्रेस टूल्स, जिग्स आणि फिक्स्चर) साठी एक साधे ई-बुक आहे. , द्वितीय वर्ष, मध्ये सुधारित NSQF अभ्यासक्रम, यात अधोरेखित आणि ठळक अचूक उत्तरांसह वस्तुनिष्ठ प्रश्नांचा समावेश आहे MCQ ज्यामध्ये घटक तयार करण्यासाठी CNC टर्न सेंटर आणि CNC मशीनिंग सेंटरचे ऑपरेशन आणि प्रोग्रामिंग यासह सर्व विषय समाविष्ट आहेत. , CAM सॉफ्टवेअरसह 2D आणि 3D मशीनिंग, ड्रिल जिग आणि फिक्स्चर तयार करणे हे देखील व्यावहारिक भाग आहे. घटक तयार करण्यासाठी EDM आणि वायर EDM ऑपरेशन, ब्लँकिंग आणि छेदन साधनाचे बांधकाम, हायड्रोलिक आणि वायवीय सर्किट्सचे मूलभूत बांधकाम आणि इलेक्ट्रिकल सर्किट आणि सेन्सर्सचे मूलभूत कार्य, वेगवेगळ्या मशीन्सचे ओव्हरहॉलिंग उदा., ड्रिल, मिलिंग आणि लेथ, „V" बनवणे बेंडिंग टूल आणि ड्रॉ टूल आणि बरेच काही.

आम्ही प्रत्येक नवीन आवृत्तीसह नवीन प्रश्नांची उत्तरे जोडतो. कृपया काही त्रुटी/वगळल्यास आम्हाला ईमेल करा. सर्व अभियांत्रिकी बहुपर्यायी प्रश्न आणि उत्तरांसाठी हे निर्विवादपणे सर्वात मोठे आणि सर्वोत्तम ई-पुस्तक आहे.

विद्यार्थी म्हणून तुम्ही ते तुमच्या परीक्षेच्या तयारीसाठी वापरू शकता. हे ई-पुस्तक प्राध्यापकांना साहित्य रीफ्रेश करण्यासाठी देखील उपयुक्त आहे.

नांदी, प्रस्तावना

21 व्या शतकातील औद्योगिक क्षेत्रातील वेगाने वाढणाऱ्या मागणीच्या अनुषंगाने बहु-कुशल कारागीरांचा पुरवठा करण्यासाठी व्यवसाय शिक्षण आणि व्यवसाय प्रॅक्टिकल विभागामार्फत व्यावसायिक शिक्षण आणि प्रशिक्षण विभागामार्फत व्यावसायिक शिक्षण आणि प्रशिक्षण दिले जाते. संस्थांमधील सर्व व्यवसाय महत्त्वाचे आहेत, कारण या व्यवसायांतील प्रशिक्षणार्थी उद्योगाच्या मागणीनुसार बहु-कौशल्ये विकसित करतात.

औद्योगिक क्षेत्रातील सर्व उद्योगांमधील सर्व परीक्षा ऑनलाइन घेतल्या जातात आणि त्यामध्ये MCQ पद्धतीच्या प्रश्नांचा समावेश होतो हे लक्षात घेऊन सर्व व्यवसायांसाठी योग्य MCQ ई-पुस्तके उपलब्ध करून देण्याच्या उदात्त हेतूने. श्री.मनोज मधुकर डोळे यांनी नवीन वार्षिक अभ्यासक्रमानुसार MCQ पद्धतीवर खूप चांगले ई-बुक लिहिले आहे. हे ई-बुक सर्व प्रशिक्षणार्थी, प्रशिक्षणार्थी उमेदवार, प्रशिक्षण प्रशिक्षक आणि संबंधित इतरांसाठी निश्चितच मार्गदर्शक ठरेल.

पुस्तकाचे लेखक श्री.मनोज मधुकर डोळे आहेत, इन्स्ट्रक्टर गव्हर्नमेंट ITI सातारा यांना 17 वर्षांचा प्रशिक्षणाचा अनुभव आहे. नवीन वार्षिक पॅटर्न म्हणून लिहिलेल्या, या ई-बुकमध्ये प्रत्येक विषयासाठी मांडणी, सोपी भाषा आणि सोपी वाक्यरचना, आकृती आणि व्हिडिओ समजून घेण्यासाठी आधुनिक डिजिटल QR कोड तंत्रज्ञान समाविष्ट केले आहे. त्यामुळे सखोल अभ्यास आणि परीक्षेच्या सरावासाठी हे ई-बुक नक्कीच उपयोगी पडेल याची मला खात्री आहे. त्यांनी केलेले काम नक्कीच कौतुकास्पद आहे.

श्री तुकाराम मिसाळ
प्राचार्य शासकीय औद्योगिक प्रशिक्षण संस्था सातारा.

ऋणनिर्देश, पावती

DGET नवी दिल्ली आणि CSTARI कोलकाता ऑगस्ट 2018 च्या सत्रापासून ITI मधील सर्व व्यवसायांसाठी वार्षिक पॅटर्न लागू करत आहेत. परीक्षा पद्धतीतही बदल करण्यात येणार असून या वर्षीपासून ती ऑनलाइन होणार असून सर्व प्रश्न वस्तुनिष्ठ स्वरूपाचे (MCQ) असल्याने प्रशिक्षणार्थींना सखोल अभ्यासाची नितांत गरज आहे. हे लक्षात घेऊन जुन्या NIMI पॅटर्नवर आधारित पुस्तके आणि नवीन वार्षिक पॅटर्नचे संपूर्ण विहंगावलोकन सादर करताना आम्हाला आनंद होत आहे आणि आम्हाला आशा आहे की ही पुस्तके सर्व व्यवसाय संचालक आणि प्रशिक्षणार्थींसाठी मार्गदर्शक ठरतील. आहे.

ही पुस्तके लिहिल्याबद्दल जोहर आवटे साहेब, ITI अकलूजचे प्राचार्य. ITI सातारा चे माजी प्राचार्य सायगावकर साहेब, सहाय्यक संचालक श्री चंद्रकांत ढेकणे साहेब व्यवसाय शिक्षण व प्रशिक्षण प्रादेशिक कार्यालय, पुणे, जिल्हा व्यवसाय शिक्षण व प्रशिक्षण अधिकारी सचिन धुमाळ साहेब व मुख्याध्यापिका शासकीय तंत्रनिकेतन केंद्र शाल्मली पवार मॅडम व मुलगा अधिराज डोळे, आई कुसुम डोळे. , माझे वडील मधुकर डोळे आणि पत्नी अश्विनी डोळे यांनी वेळोवेळी केलेल्या विशेष मार्गदर्शन व सहकार्याबद्दल मी त्यांचा मनःपूर्वक आभारी आहे.

तसेच अतिशय कमी कालावधीत पुस्तक प्रकाशित करण्यात अमूल्य वेळ दिल्याबद्दल श्री राजेंद्र घुमे साहेब, सहसंचालक, व्यवसाय शिक्षण व प्रशिक्षण प्रादेशिक कार्यालय, पुणे यांनी पुस्तकाचे पुनरावलोकन केले. त्यांच्या अभिप्रायाबद्दल मी मनापासून आभारी आहे.

पुस्तक लिहिण्याच्या सुरुवातीपासूनच सतत पाठबळ दिल्याबद्दल ITI सातारा च्या प्रशिक्षकांचा मी आभारी आहे.

या पुस्तकातून, ई-लर्निंगबद्दलचे माझे विचार तुमच्याशी शेअर करण्यात मी स्वतःला धन्य समजतो. हे पुस्तक परिपूर्ण आहे असा दावा मी करणार नाही, कारण परिपूर्णतेचा विचार करता हे पुस्तक एक प्रयत्न आहे आणि बाल्यावस्थेत आहे. त्यांची चाचणी आणि सूचना दिल्यास ते सुधारण्यासाठी मोलाचे ठरतील.

मनोज डोळे

दिनांक 9/1/2019

1

टूल अँड डाय मेकर TDM द्वितीय वर्ष मराठी MCQ Drawing

Online Test Exam
ITI Books
CNC Course
AutoCAD CAM
JOB & Apprentice
Online Theory
Computer Course
Trading Course
Web Designing
MSCIT Course
Shopping Business
Internet Business
Remotasks Course
Online Services
Top Sportsmans
Indian Army
Freedom Fighters
Top Scientists
Social Reformers
Motivational Speaker
Top Richest People
Join WhatsApp Group
Join Facebook Group
Like Facebook Page
PAN / Adhar / Licence Passport

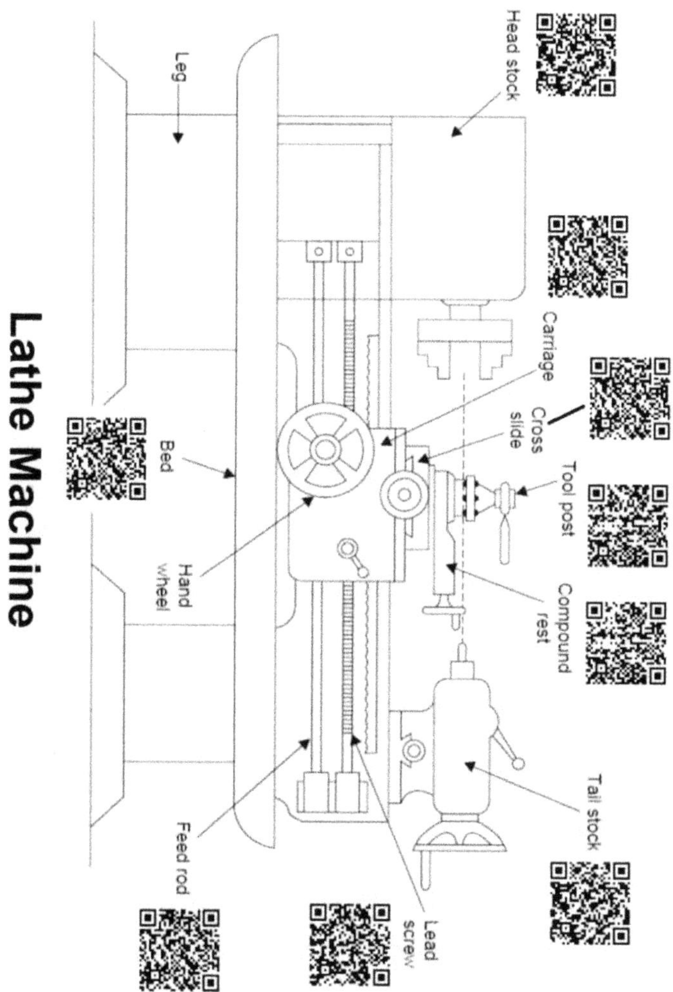
Lathe Machine
Head stock
Leg
Carriage
Cross slide
Tool post
Compound rest
Bed
Hand wheel
Tail stock
Feed rod
Lead screw

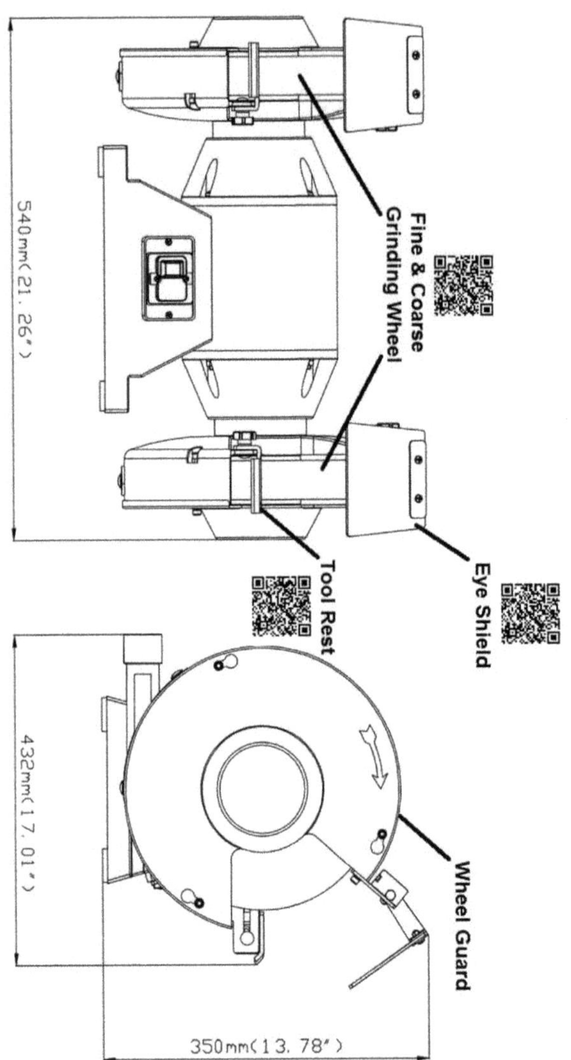
Bench Grinding Machine
Fine & Coarse Grinding Wheel
Eye Shield
Tool Rest
Wheel Guard
540mm(21. 26")
432mm(17. 01")
350mm(13. 78")

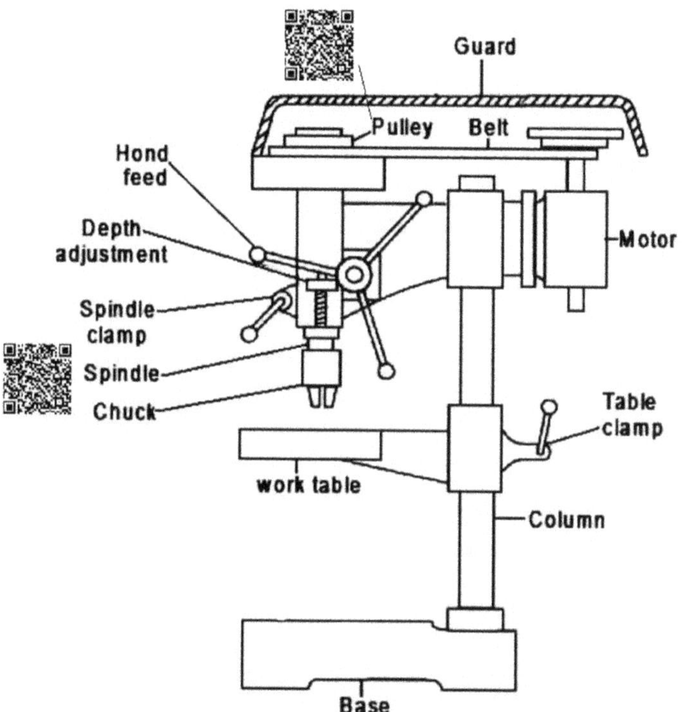

Piller Drilling Machine

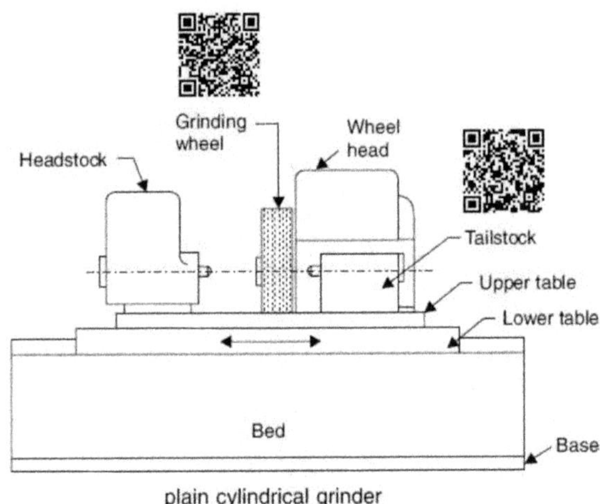

plain cylindrical grinder

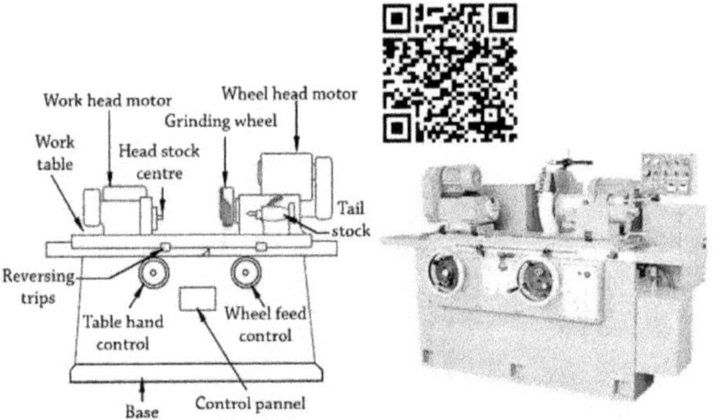

Cylindrical grinding machine

To study Different operations and parts of Surface Grinding Machine

SURFACE GRINDER

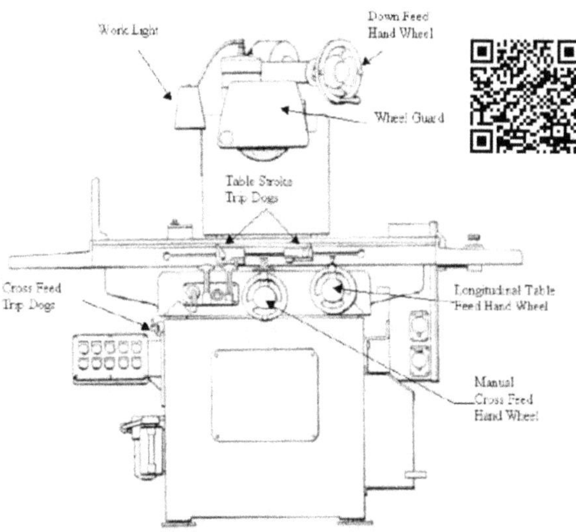

Surface grinding is used to produce a smooth finish on flat surfaces. It is a widely used abrasive machining process in which a spinning wheel covered in rough particles (grinding wheel) cuts

PLAIN OR HORIZONTAL MILLING MACHINE

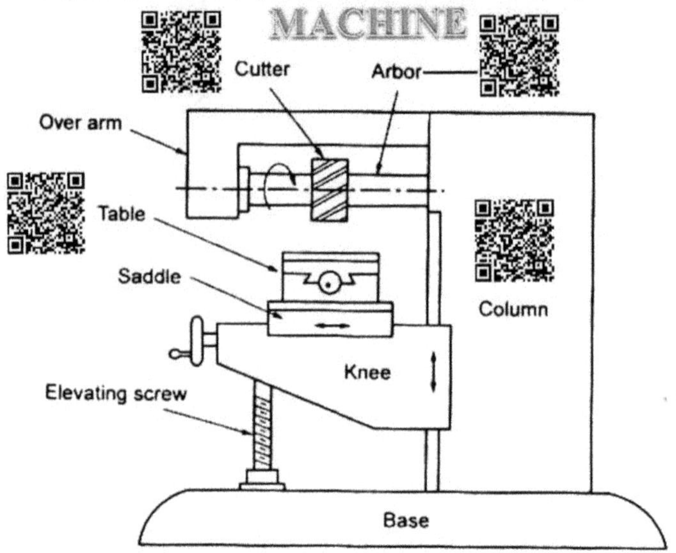

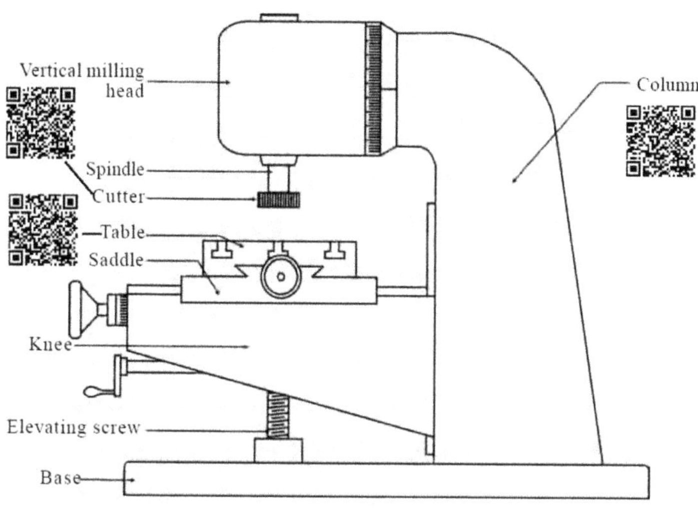

Vertical Milling Machine

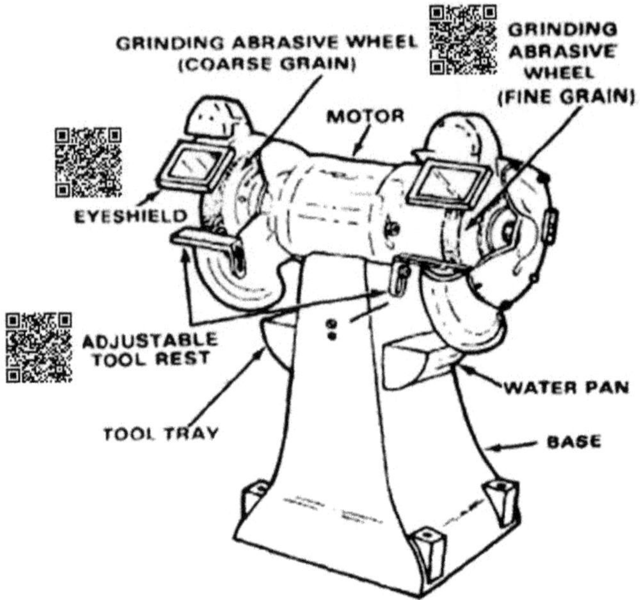

Pedastal Grinding Machine

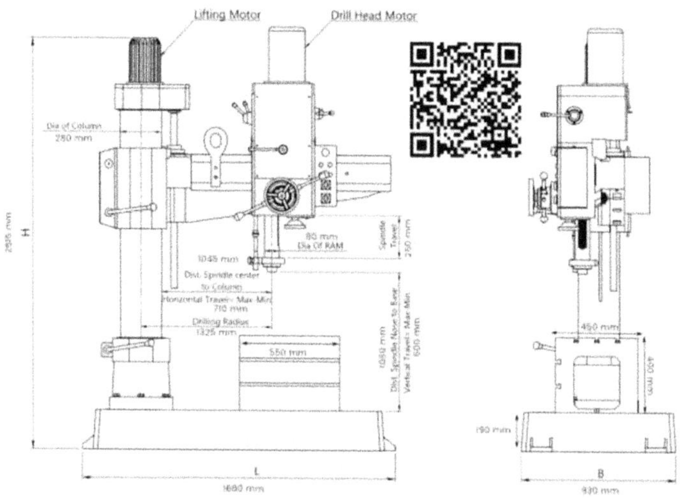

Radial Drilling Machine

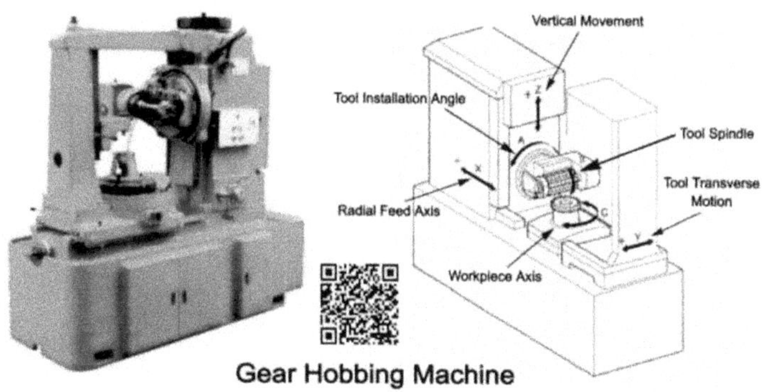

Gear Hobbing Machine

DOUBLE HOUSING PLANER

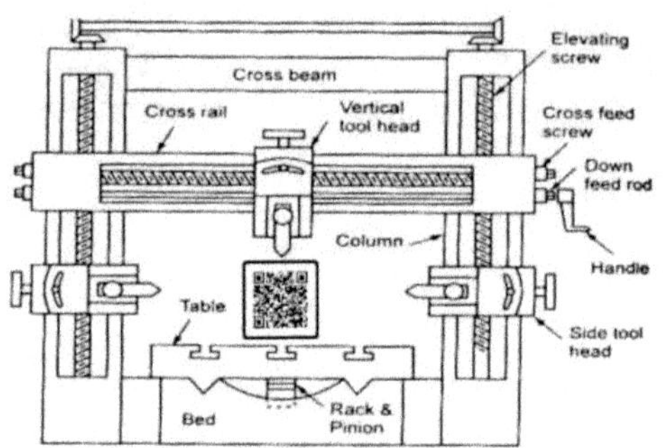

PIT PLANER

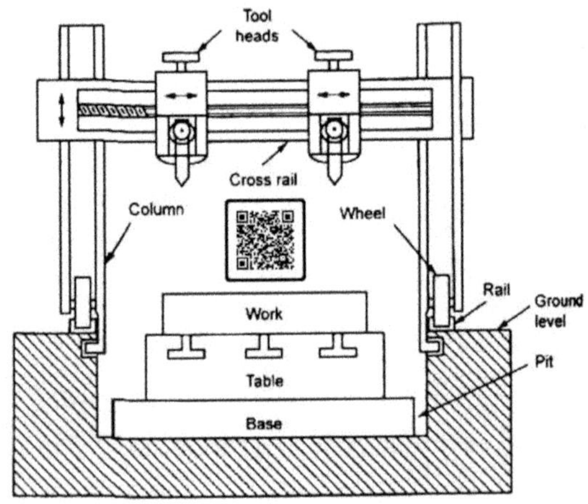

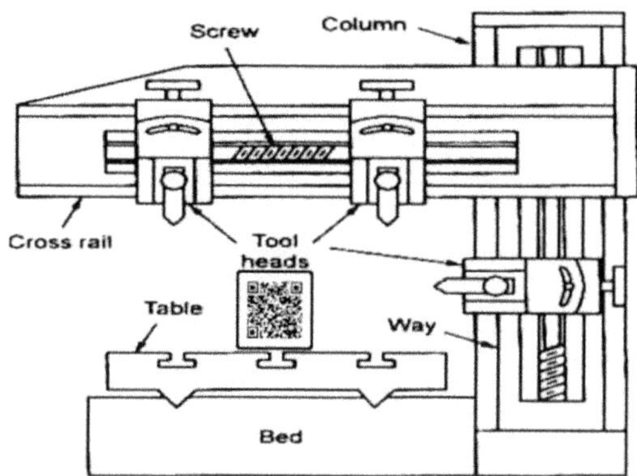

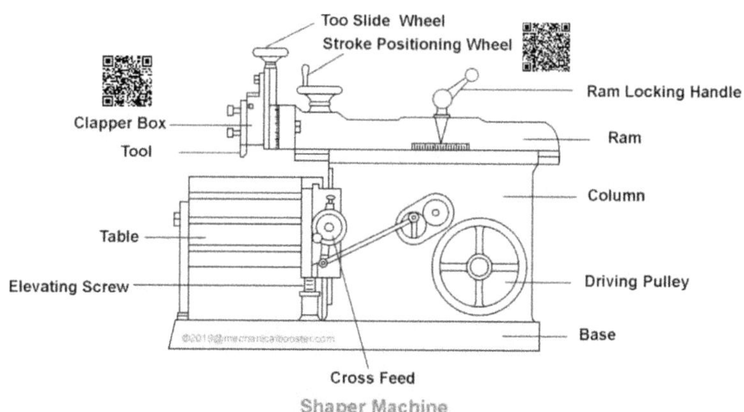

Shaper Machine

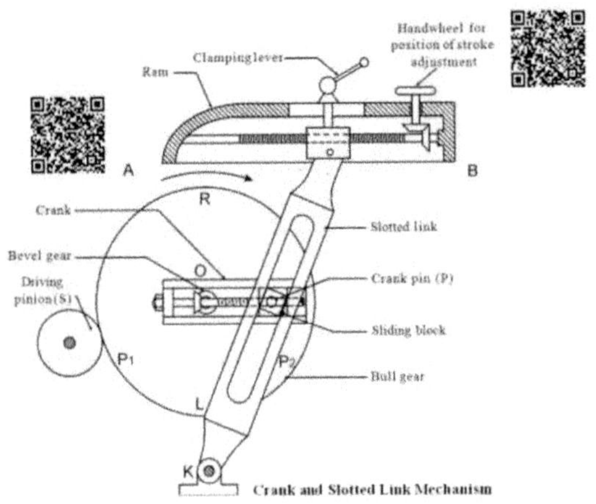

Quick Return Mechanism of Shaper Machine

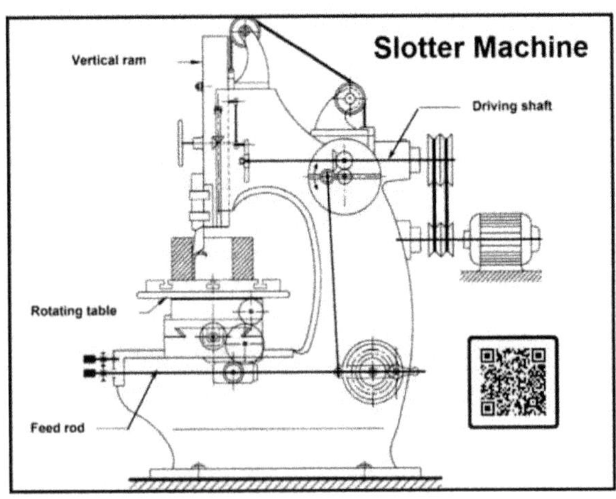

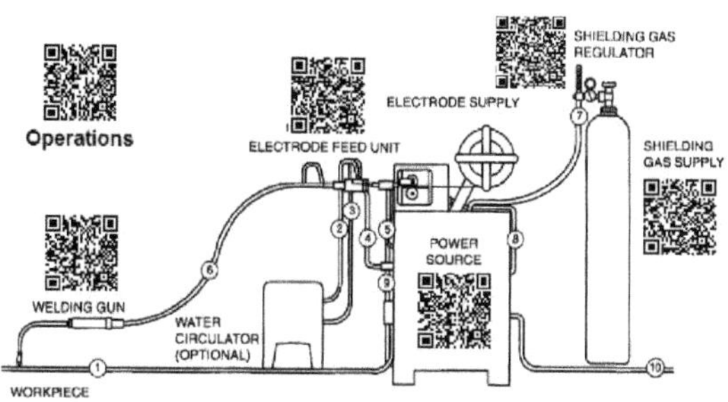

Gas Metal Arc Welding

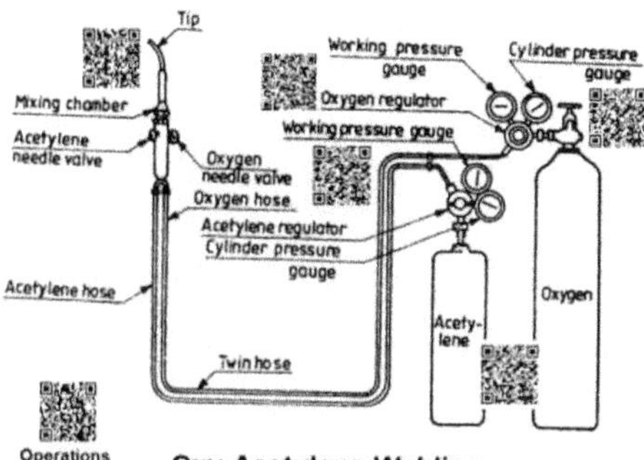

Oxy Acetylene Welding

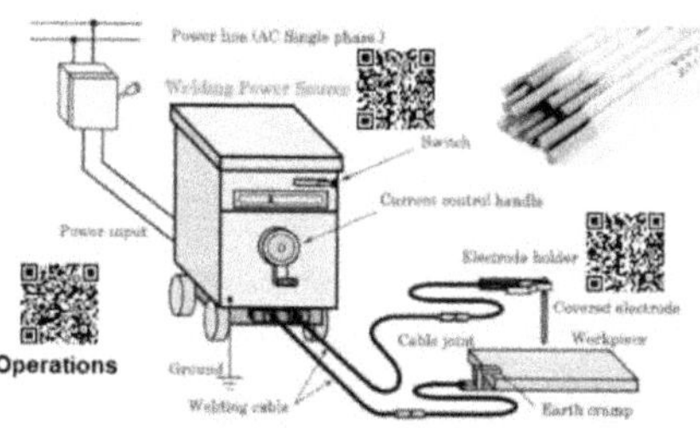

Shielded Metal Arc Welding

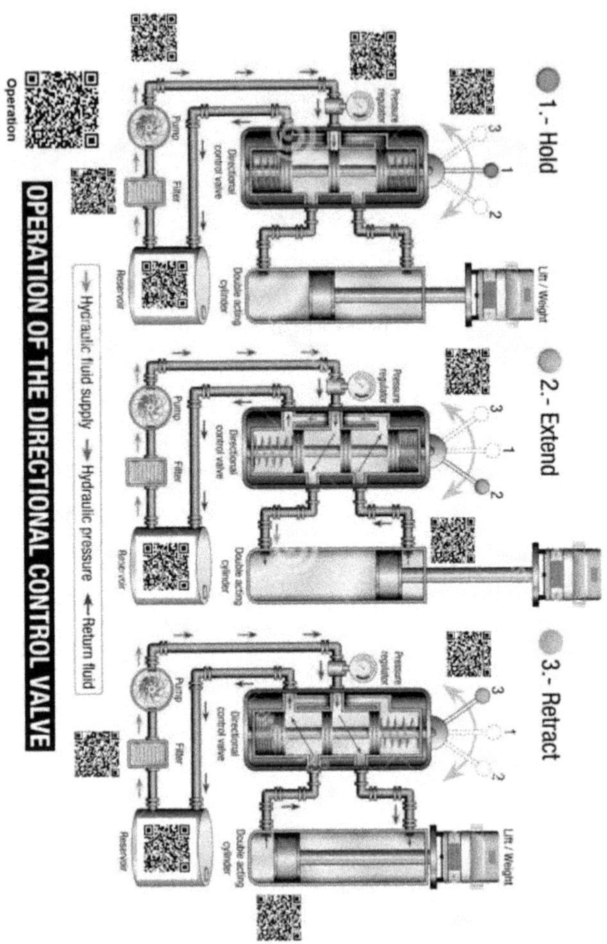
1.- Hold
2.- Extend
3.- Retract
Pressure regulator
Directional control valve
Pump
Filter
Reservoir
Double acting cylinder
Lift / Weight
Hydraulic fluid supply
Hydraulic pressure
Return fluid
OPERATION OF THE DIRECTIONAL CONTROL VALVE
Operation

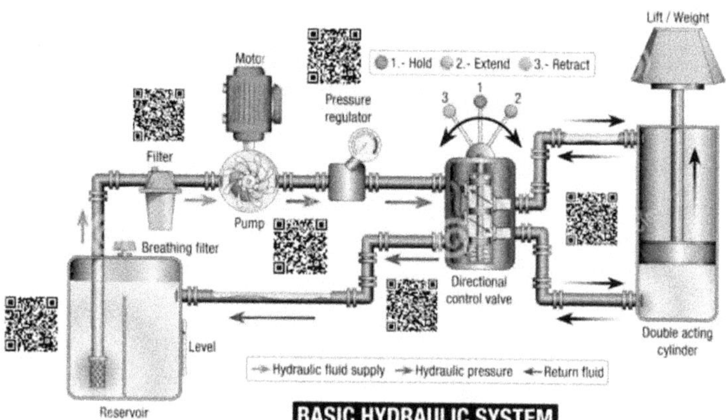

Direct Pressure Relief Valves

- The pressure relief valve provides protection against overload experienced by the actuators in a hydraulic system. One important function is to limit the force or torque produced by the hydraulic cylinders or motors.

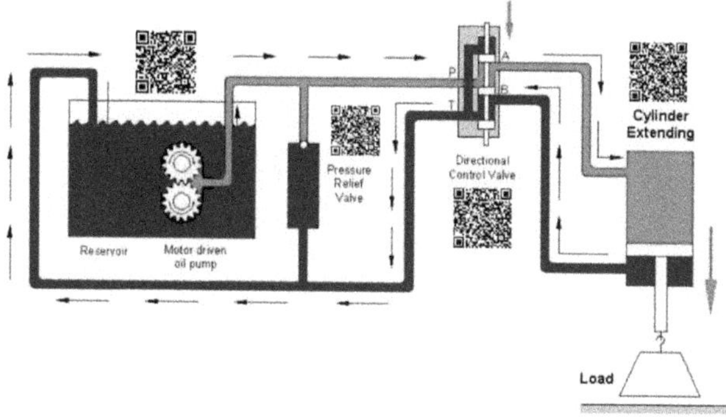

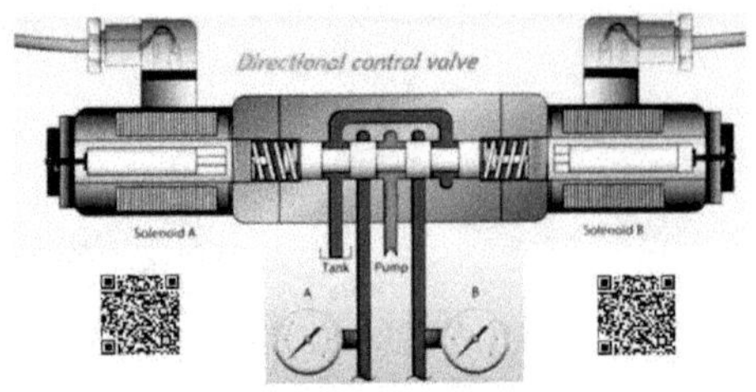

Double Acting, Single ended Cylinder

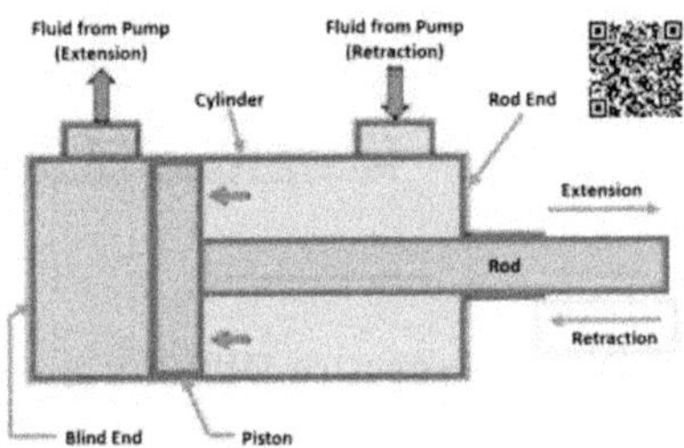

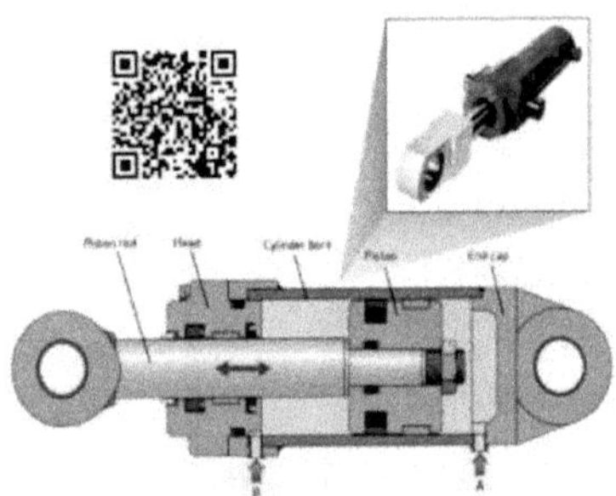

Hydraulic Cylinder

FLOW CONTROL VALVES

- A flow control valve can regulate the flow or pressure of the fluid.
- The fluid flow is controlled by varying area of the valve opening through which fluid passes.

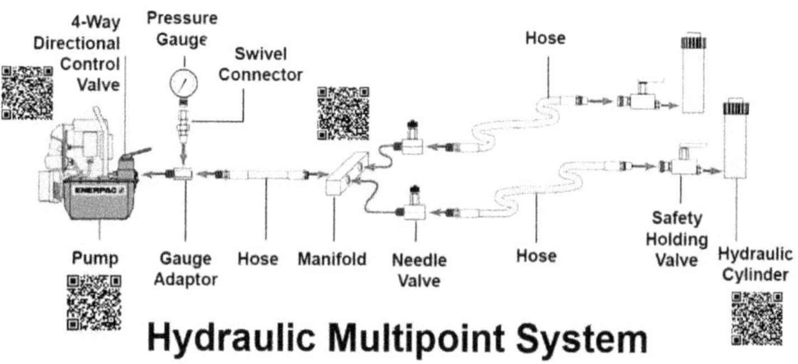

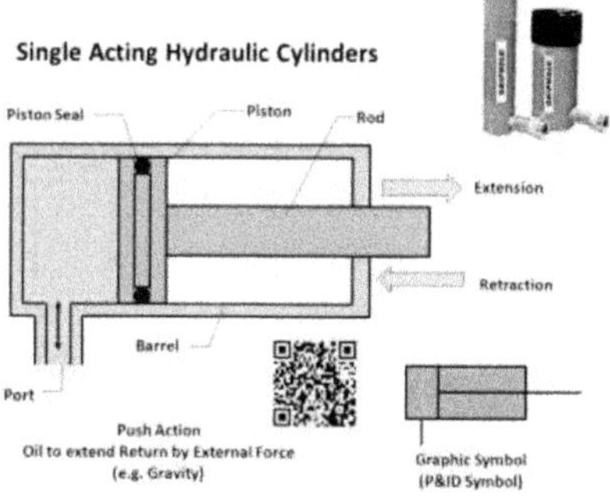

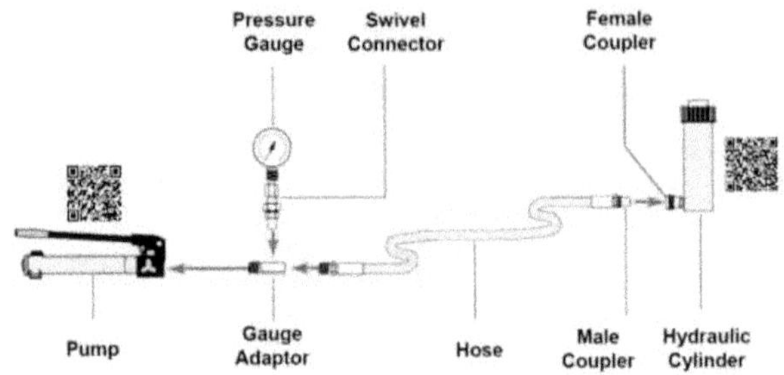

Hydraulic Single Point System

Types of Hydraulic Valves

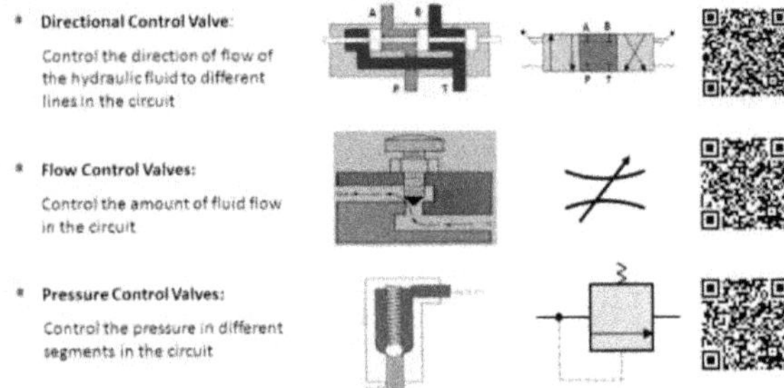

Hydraulic Valves - Parts and Components

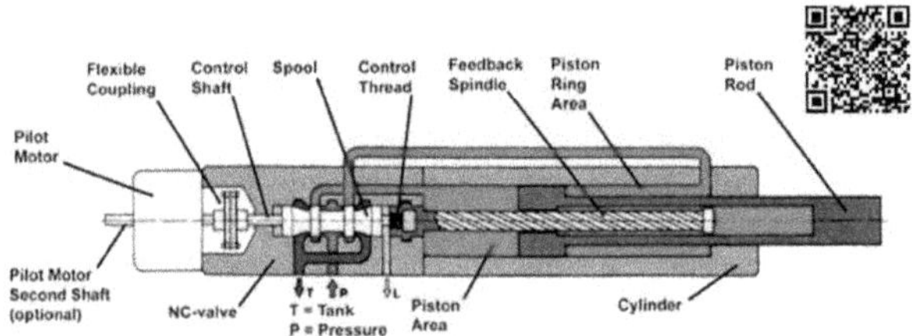

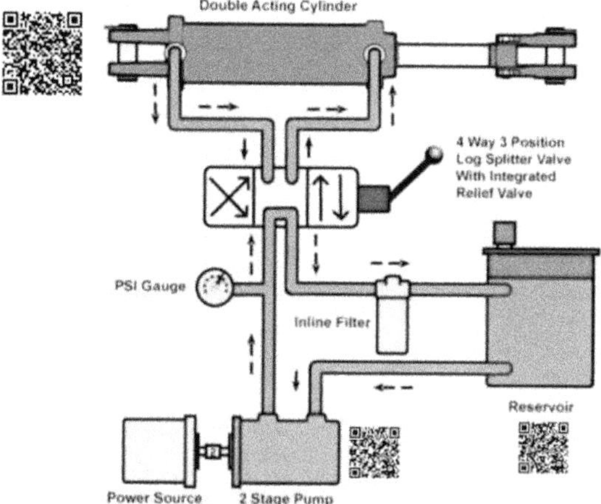

Hydraulic Double Acting Cylinder

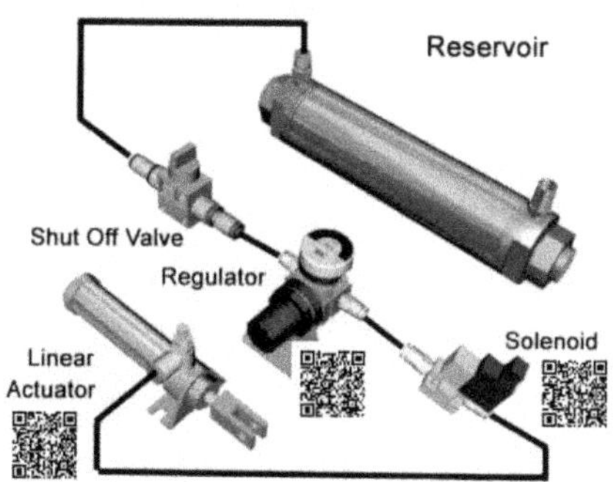

Pneumatic System

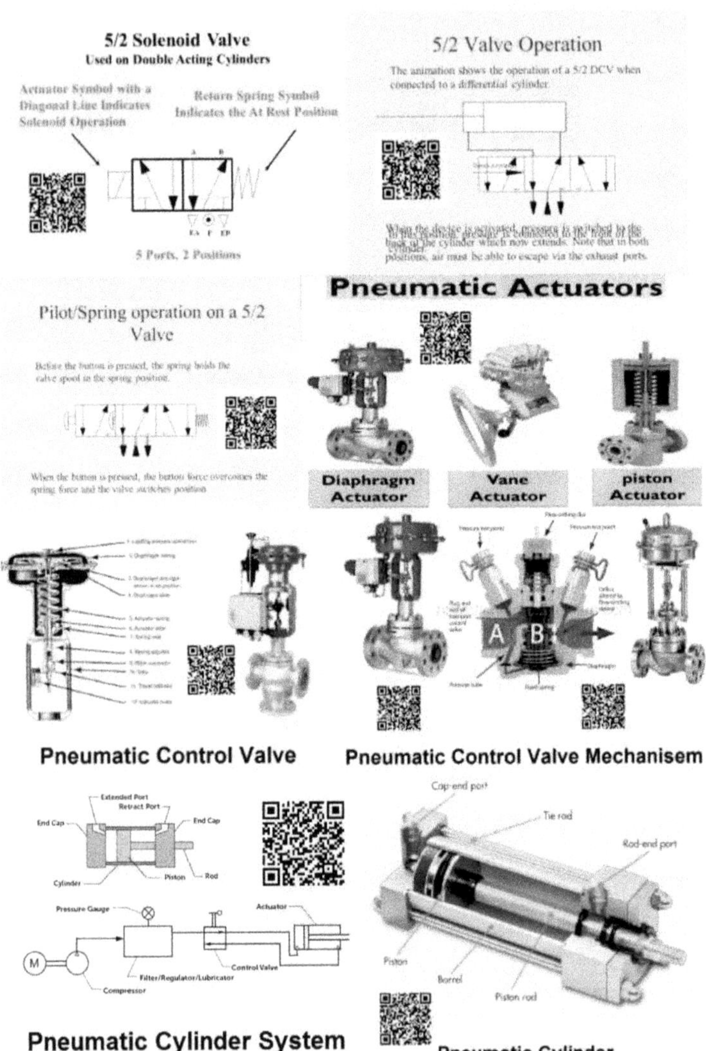
5/2 Solenoid Valve
Used on Double Acting Cylinders
Actuator Symbol with a Diagonal Line Indicates Solenoid Operation
Return Spring Symbol Indicates the At Rest Position
5 Ports, 2 Positions
5/2 Valve Operation
The animation shows the operation of a 5/2 DCV when connected to a differential cylinder.
Pneumatic Actuators
Pilot/Spring operation on a 5/2 Valve
Before the button is pressed, the spring holds the valve spool in the spring position.
When the button is pressed, the button force overcomes the spring force and the valve switches position.
Diaphragm Actuator
Vane Actuator
piston Actuator
Pneumatic Control Valve
Pneumatic Control Valve Mechanisem
Extended Port
Retract Port
End Cap
End Cap
Cylinder
Piston
Rod
Pressure Gauge
Actuator
M
Control Valve
Filter/Regulator/Lubricator
Compressor
Pneumatic Cylinder System
Cap-end port
Tie rod
Rod-end port
Piston
Barrel
Piston rod
Pneumatic Cylinder

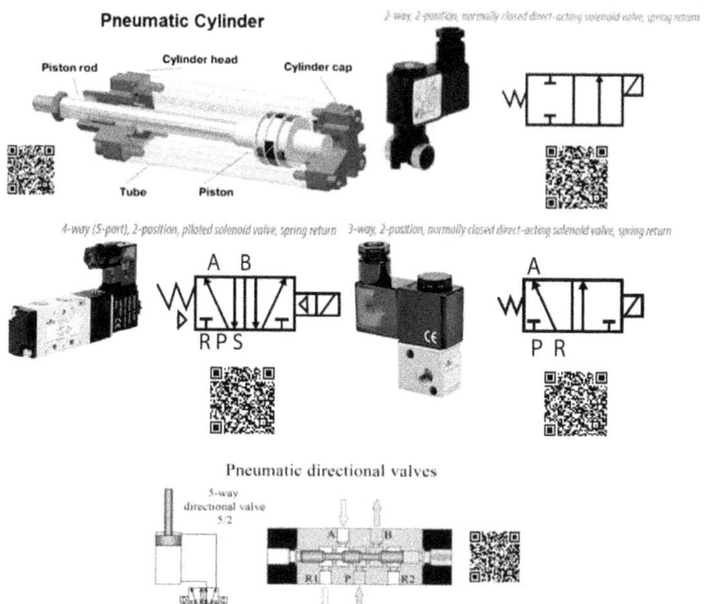
Pneumatic Cylinder
Piston rod
Cylinder head
Cylinder cap
Tube
Piston
4-way (5-port), 2-position, piloted solenoid valve, spring return
A B
R P S
3-way, 2-position, normally closed direct-acting solenoid valve, spring return
A
P R
Pneumatic directional valves
5-way
directional valve
5/2
A
B
R1
P
R2

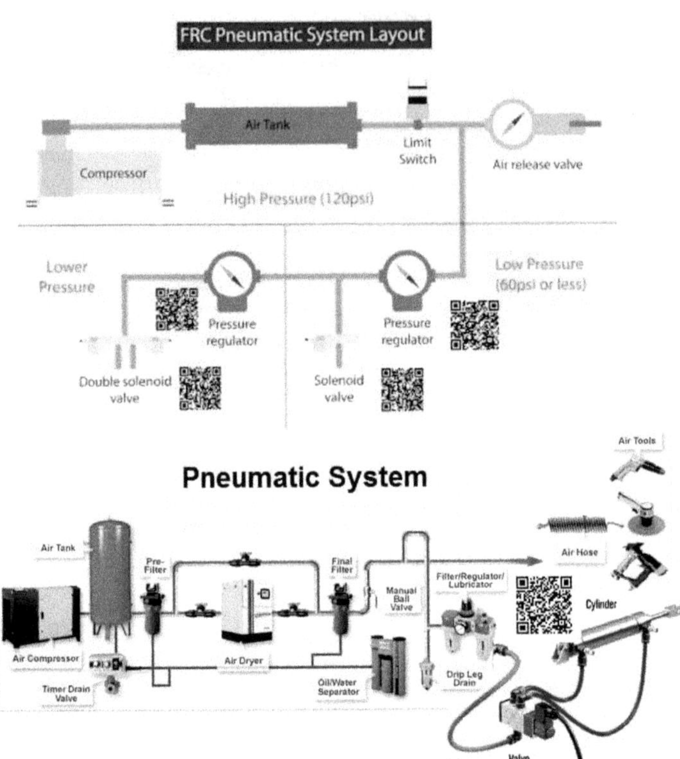
FRC Pneumatic System Layout
Air Tank
Limit Switch
Compressor
Air release valve
High Pressure (120psi)
Lower Pressure
Low Pressure (60psi or less)
Pressure regulator
Pressure regulator
Double solenoid valve
Solenoid valve
Pneumatic System
Air Tools
Air Tank
Pre-Filter
Final Filter
Air Hose
Manual Ball Valve
Filter/Regulator/Lubricator
Cylinder
Air Compressor
Air Dryer
Timer Drain Valve
Oil/Water Separator
Drip Leg Drain
Valve

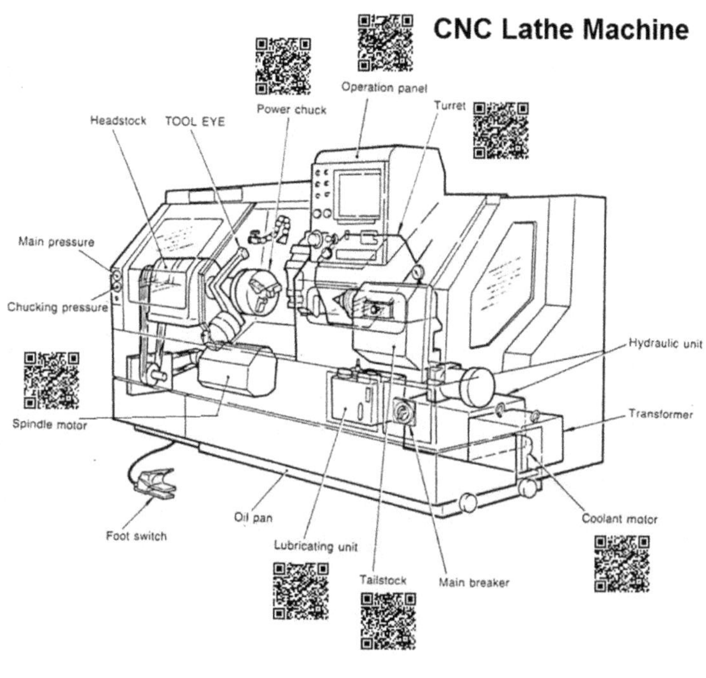
CNC Lathe Machine
Operation panel
Power chuck
Turret
Headstock
TOOL EYE
Main pressure
Chucking pressure
Hydraulic unit
Transformer
Spindle motor
Oil pan
Foot switch
Lubricating unit
Coolant motor
Tailstock
Main breaker

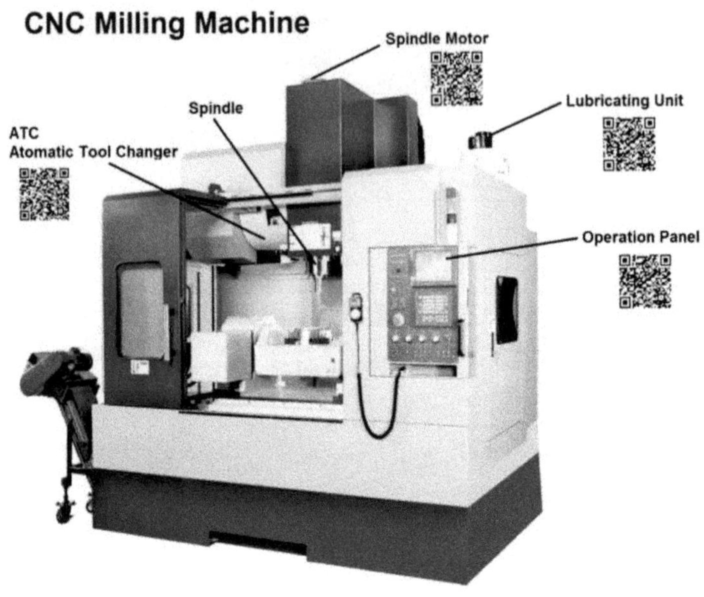

CNC Machine Power Pack

Tool Change & Spindle Speed in CNC Machine.

Coolant in CNC Machine.

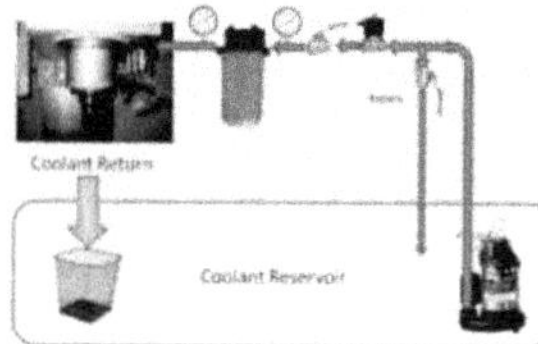

2

टूल अँड डाय मेकर TDM द्वितीय वर्ष मराठी MCQ

1] छिद्र पाडण्यासाठी आणि रीमिंग करण्यासाठी जिग बुश वापरला जातो...?

A] दाबा फिट बुश

ब] लाइनर झुडूप

क] स्लिपअक्षयझुडूप

ड] स्थिर अक्षय झुडूप

2] नोकरी ठेवण्यासाठी कोणते उपकरण वापरले जाते आणि काम करताना टोलसाठी मार्गदर्शक खालील दिले आहे?

अ] गेज

ब] गृहनिर्माण

क] जिग

ड] स्थिरता

3] खालील दिलेले उपकरण कोणते फक्त क्लॅम्पिंग कामासाठी वापरले जाते?

अ] जिग

ब] स्थिरता

क] गृहनिर्माण

ड] गेज

4] वेल्डिंग जॉबद्वारे फॅब्रिकेटेड असताना वेल्डिंग जॉबच्या 360 डिग्री सेल्सिअस पर्यंत आवश्यक असल्यास फिक्स्ड किंवा रिव्हॉल्व्हिंगसाठी कोणते उपकरण वापरले जाते?

अ] गेज

b] साचा

क] जिग

ड] स्थिरता

5] ड्रिलिंग जिगच्या मुख्य गोष्टी मशीन टेबलसह क्लॅम्पिंग नसतात खालील कारण कोणते योग्य आहे?

अ] तेऑपरेशनसाठीमजबूतआहे

ब] ते ऑपरेशनसाठी सोपे आहे

सी] कामावर ड्रिलिंग करताना वेगवेगळ्या सेटिंगद्वारे अनेक वेगवेगळ्या आकाराची छिद्रे तयार होतात

डी] या उपकरणासाठी बराच वेळ आहे

6] गोल आकाराच्या नोकरीसाठी कोणती ठिकाणे सर्वात उपयुक्त आहेत?

अ] पिन प्रकार लोकेटर

ब] वेज टाइप लोकेटर

सी] वीलोकेटर

डी] समायोज्य स्टॉप लोकेटर

7] ड्रिलिंग जिग्समध्ये बुशिंग वापरण्याचे खालील कारण योग्य आहे?

अ] ड्रिलिंगसाठी सोपे

ब] निश्चित ड्रिल होल आकारासाठी

C]अचूकड्रिलिंगऑपरेशनसाठी

D] चांगल्या फिनिश ड्रिलिंग होलसाठी

8] जिग बुश तयार करण्यासाठी धातू...?

अ] सौम्य पोलाद

ब] कास्ट लोह

क] कास्ट स्टील

ड] टूलस्टील

9] खालील झुडूप दिल्यास अक्षय बुशिंग शोधण्यासाठी कोणती बसिंग वापरली जाते?

अ] दाबा फिट बुशिंग

ब] रेखीयबुशिंग

क] विशेष बुशिंग

ड] knurd बुशिंग

10] जिगमध्ये सहनशीलता असते..?

अ] नोकरी सहिष्णुता पाच उपस्थित

ब] नोकरी सहनशीलता दहा टक्के

C] 20% ते 50% नोकरीसहनशीलता

ड] 100% नोकरी सहनशीलता

jig Jig Fixture

जिग

11] बोअरच्या स्थानासाठी कोणत्या जिगचा वापर केला जातो?

अ] प्लेट जिग

ब] घन जिग

क] पोस्टजिग

ड] बॉक्स जिग

12] कोणत्या जिगमध्ये ड्रिल प्लेट असते?

अ] घन जिग

ब] प्लेटजिग

क] बॉक्स जिग

ड] टेबल जिग

13] अंतर्गत व्यास स्थानासाठी खालील लोकेटर वापरला जातो?

अ] घन सपोर्ट्स

ब] पिनप्रकारलोकेटर

क] वी लोकेटर

ड] नेस्ट लोकेटर

14] Drm जिग बुशिंग-सामान्यतः ------------ कठोर केले जातात.

अ] सौम्य पोलाद

ब] कास्ट लोह

क] कास्ट स्टील

ड] तोईस्टील

15] जिग्स हे उपकरण आहे जे --------------

अ] कामाचा भाग शोधा

ब] कामाचा तुकडा पकडणे आणि आधार देणे

क] कटिंग टूलचे मार्गदर्शन करा

ड] वरीलसर्वकरतो

Fixture 1 Jig Fixture

फिक्स्चर

16] खालीलपैकी कोणत्या जिगचा वापर बोअरमधून फोलोकेशनसाठी केला जातो?

अ] प्लेट जिग

ब] घन जिग

<u>क] पोस्टजिग</u>

ड] पेटी जिग

17] फिक्स्चर हे उत्पादन उपकरण आहे जे -----------]

<u>अ] वर्कपीसधरतोआणिशोधतो</u>

ब] तुकडा धरतो

क] कामाच्या तुकड्याशी गप्पा मारणे,

D] धारण किंवा]कामाचा भाग शोधत नाही

18] खालीलपैकी कोणते साधन साधनाचे मार्गदर्शन करण्यासाठी आणि मोठ्या प्रमाणावर उत्पादनात काम ठेवण्यासाठी वापरले जाते? ‘

अ] गेज]

ब] गृहनिर्माण

<u>क] स्थिरता</u>

ड] जिग

19] ड्रिल जिगमध्ये प्रोई/आयडिंग बुशिंगचा उद्देश खालीलपैकी कोणता आहे?

<u>अ]</u>
<u>अचूकपणेशोधण्यासाठीआणिअचूकड्रिलिंगऑपरेशनसाठीड्रिलचेमार्गदर्शनकरण्यासाठी</u>

ब] ड्रिल करायच्या छिद्राचा आकार निश्चित करण्यासाठी

क] सुलभ ड्रिलिंगसाठी

ड] ड्रिल केलेल्या छिद्रांमध्ये चांगला तयार पृष्ठभाग मिळविण्यासाठी

20] ड्रिल जिग कशासाठी वापरतात? _

अ] फक्त ड्रिल ऑपरेशन्स]

ब] ड्रिलिंगसाठीकामक्लॅम्पिंग

क] ड्रिलिंग, रीमिंग, टॅपिंग आणि इतर ऑपरेशन्स

ड] केवळ साधनांचे मार्गदर्शन करणे

21] खालीलपैकी कोणत्या जिगमध्ये ड्रिल प्लेट असते, जी ड्रिल करण्याच्या घटकावर असते?]]]

अ] घन जिग]

ब] प्लेटजिग]

क] बॉक्स जिग

ड] ड्रुनिअन जिग

22] जिग हे एक उपकरण आहे जे -----------

अ] कामाचा भाग शोधतो]

ब] वर्क पीस आणि गाईड टूलला धरून सपोर्ट करते

क] कटिंग टूलचे मार्गदर्शन करते

डी] कटिंगटूलधरा]

23] ड्रिल जिग .... साठी वापरतात.

अ] ड्रिलिंग, रीमिंग, टॅपिंगआणिइतरसंबंधितऑपरेशन्स

ब] फक्त ड्रिलिंग ऑपरेशन्स

क] ड्रिलिंग करताना जॉब क्लॅम्पिंग

ड] केवळ साधनाचे मार्गदर्शन करणे

24] फिक्स्चर हे उत्पादन उपकरण आहे जे---------: -----

अ] वर्क पीस धरतो '

ब] कामाचा भाग शोधा

C]कामाचातुकडाधरतोआणिशोधतो

D] कामाचा तुकडा धरत नाही किंवा शोधत नाही

25] बॉक्स जिगचा उद्देश आहे

अ] नोकरी धरा आणि अंतर्गत धागे तयार करण्यासाठी साधनाचे मार्गदर्शन करा

ब] अनेककलतेछिद्रेनिर्माणकरणे

क] अनेक सरळ छिद्रे निर्माण करणे

ड] यापैकी नाही

26] जिग्स आणि फिक्स्चर हे --------]

अ] मशीनिंग टूल्स

ब] अचूकसाधने

क] दोन्ही (अ] आणि (ब]

ड] यापैकी नाही

27] 'फिक्श्चरच्या तुलनेत जिग वजनाच्या बाबतीत किती आहेत?

<u>अ] जिग्सफिक्स्चरपेक्षाहलकेअसतात</u>

ब] जिग्स फिक्स्चरपेक्षा जड असतात

C] जिग्स समान ऑपरेशनसाठी फिक्स्चरच्या वजनात समान असतात

ड] यापैकी नाही

28] मशिनिंग पाट्र्ससाठी कोणते फिक्स्चर वापरले जातात जे आवश्यक मशीनचे तपशील समान अंतरावर असतात?

अ] प्रोफाइल फिक्स्चर

ब] डुप्लेक्स फिक्स्चर

<u>क] अनुक्रमणिकाफिक्स्चर</u>

ड] यापैकी नाही

indexing head Indexing Head Mechanism

अनुक्रमणिका डोके

29]हँड लेव्हल शीअरच्या वरच्या ब्लेडच्या चाकूच्या कटिंग एजचे प्रोफाइल काय आहे?

अ] <u>वक्र</u>

ब] सरळ

क] कललेला

ड] बेवेल्ड

cnc lathe qr

cnc milling machine

<u>सीएनसीमशीनटेपपंच</u>

image

30] टेप पंच 1 इंच रुंदीच्या टेपने बनविला जातो

A] पेपर Mylar

ब] ॲल्युमिनियम मायलार

<u>क] प्लास्टिक</u>

ड] सर्व वर

31] पॉइंट टू पॉइंट पोझिशनिंग पोझिशनिंग सिस्टम........] स्वीकार्य आहे

अ] ओपन लूप कंट्रोल सिस्टम

<u>ब] बंदलूपनियंत्रणप्रणाली</u>

क] दोन्ही वर

ड] त्यापैकी एकही नाही

३२] सीएनसी मशीनमध्ये......

अ] लीड स्क्रू

<u>ब] बॉललीडस्क्रू</u>

क] दोन्ही वर

ड] दोन्हीपैकी नाही

<u>CNC कार्यक्रमसमन्वयक</u>

image

33] उपकार्यक्रमाचे उद्दिष्ट आहे........

A] XY Z समन्वय शोधण्यासाठी.

ब] इतर लहान मशीनसाठी.

क] कटिंग टूल नोज टूल नोज पेनिट्रेशन मध्ये जॉब्स पृष्ठभाग उच्च गती टाळण्यासाठी.

<u>ड] विशेषस्थितीतकामाचीमशीनिंगकरतानाप्रोग्रामब्लॉकच्यावेळेचावापरकरूनका.</u>

34] xyz को-ऑर्डिनेट पॉइंट शून्य-माप मोजत असताना वेळ म्हणजे काय

अ] संदर्भ चिन्ह.

ब] काम शून्य

C] समन्वय बिंदू

<u>ड] सर्ववर</u>

35] सीएनसी मशीन अक्ष द्वारे निर्दिष्ट......

अ] 2 अक्ष

ब] 3 अक्ष

क] 4 अक्ष

<u>ड] सर्ववर</u>

<u>सीएनसीमशीनअक्ष</u>

image

36] सीएनसी मशीनचा Xyz अक्ष जो बिंदू मोजण्यासाठी वापरला जातो.

अ] कार्यशून्यबिंदू

ब] यंत्र शून्य बिंदू

C] सामान्य शून्य बिंदू

ड] सर्व वर

37] सीएनसी मशीनमध्ये कोणत्या बिंदूचे अनुसरण करणे उपयुक्त नाही.

अ] सीएनसी मशीनवर विविध ऑपरेशन केले जातात.

ब] तपासणीसाठी कमी रक्कम.

क] माप सेट करण्यासाठी कठीण.

D]मशीनचीकार्यक्षमताऑपरेटरच्याकौशल्यावरअवलंबूनअसते.

38] आवश्यकतेपूर्वी शून्य ऑफसेट निवडण्यासाठी.........

A] कटर मशीनच्या टेबलावर निश्चित केले आहे.

ब] मशीनमध्ये प्रविष्ट केलेला डेटा.

क] मशीन टेबलवर नोकरी निश्चित केली आहे.

D]मशीनचालवण्यापूर्वीवेगआणिफीडचीनिवडआवश्यकआहे.

सीएनसीकार्यशून्यऑफसेटसेटिंग.

image

39] शून्य ऑफसेट प्रोग्राम दर्शवतो........] खालील कोड

अ] X yz

ब] X0 y0 z00

C] X10 Y20 Z30

D] G71

40] काम शून्य आहे

अ] जॉब पोझिशनवरील मशीन शून्याचा डेटा.

ब] X0Y0Z0 द्वारे सूचित करा.

क] कार्यक्रमानुसारनोकरीवरीलबिंदूचीनिवड.

ड] मशीनिंग पॉइंटचा शेवट

41] M कमांड ऑपरेशन सुरू करण्यासाठी आणि संपूर्ण क्रांती चक्र M03 म्हणजे पूर्ण करण्यासाठी वापरली जाते.

अ] कार्यक्रम थांबवा.

ब] कार्यक्रम पूर्ण आणि रीसेट.

क] कार्यक्रम पूर्ण करा.

ड] स्पिंडलघड्याळाच्यादिशेनेगती.

सीएनसीमशीनपॉवरपॅक

image

cnc lubricating-unit

42] सीएनसी मशिन मॅन्युअली चालवत नाही ते .... द्वारे नियंत्रित केले जाते.

एककार्यक्रम

ब] ऑपरेशन

क] कॅम

ड] प्लग बोर्ड प्रणाली

43] CNC मशीन मध्ये M13 म्हणजे

अ] शीतलक थांबा

ब] शीतलक चालू

क] स्पिंडल स्टॉप

D]कूलंटचालूआणिस्पिंडलचालू

44] CNC मशीनमधील पॉवर पॅकचे कार्य.

अ] वंगणउष्णतासंतुलितकरण्यासाठी.

ब] स्नेहकांच्या वाढत्या उष्णतेसाठी.

क] वंगण उष्णता नष्ट करण्यासाठी.

ड] सर्व वर.

सीएनसीमशीनबेड.

image

45] सीएनसी मशीन बेडचा विभाग आहे.....

सपाट

ब] अर्धी फेरी

क] आयताकृती

ड] त्रिकोणी

46] खालील विधान CNC मशीनचे नुकसान आहे.

अ] कमी तपासणी शुल्क.

ब] कमी टूलिंग चार्ज.

क] उत्पादन दर वाढवा.

ड] उच्चआस्थापनाशुल्क.

47] पॉइंट टू पॉइंट सिस्टम ...... साठी अधिक प्रभावी आहे.

अ] वळणे

ब] प्रोफाइल मिलिंग

क] दळणे

<u>ड] ड्रिलिंग</u>

<u>एनसीमशीनवरटूलसेटिंग.</u>

image

48] NC मशीन वर टूल सेटिंग......] युनिट.

<u>अ] प्रीसेटिंगडिव्हाइस.</u>

ब] मशीनशिवाय विशेष उपकरण ऑर्डर करा.

C] nc मशीनवर इतर रिकामी वेळ.

ड] इतर ऑपरेशन मशीनवर काम करताना.

49] या प्रणालीमध्ये अंगभूत निर्देशांक असलेल्या मोजमाप प्रणालीला शून्य स्थिती म्हणतात.

अ] संदर्भ बिंदू.

ब] यंत्र शून्य बिंदू.

<u>क] शून्यबिंदूकाम</u>

D] कार्यक्रम शून्य बिंदू.

५०] सीएनसी मशीन ऑन करणे जॉब टर्निंग ५० मिमी डाय टर्न विथ प्रोग्रॅम्स नुसार ट्रायल रन ५०.१ मि.मी. प्रोडक्शनच्या वेळी ज्यानंतर आयडियाचा वापर योग्य डाय मेकिंगसाठी केला जातो.

A] टूलचा ऑफसेट वाढवून 0.1 मिमी.

ब] टूलचा ऑफसेट वाढवून 0.05 मिमी

<u>C]टूलऑफसेटकमीकरून 0.05 मिमी</u>

D] टूल ऑफसेट कमी करून 0.1 मिमी

<u>सीएनसीकॉपींगलेथमशीन.</u>

image cnc lathe turret

51] सीएनसी मशीनवर शून्य ऑफसेट मंद परिमाण मोजण्यासाठी.........मोड सेट केला आहे

A] MDI

<u>ब] जोग</u>

क] स्वयंचलित

ड] प्रीसेट

52] कॉपींग लेथच्या कॉपिंग युनिटवर काम सुरू आहे

अ] यांत्रिक शक्ती यंत्रणा

ब] हात शक्ती यंत्रणा

<u>C]हायड्रोलिकपॉवरसिस्टम</u>

ड] त्यापैकी एकही नाही

53] वायवीय उर्जा प्रणालीचा कोणता फायदा खालीलप्रमाणे आहे

अ] उत्पादन दर वाढीसाठी.

ब] लेआउटसाठी कमी रोख

क] कामासाठी चांगले वातावरण

<u>ड] सर्ववर</u>

<u>सीएनसीमशीनटेम्पलेट्सचेतत्त्व.</u>

image

54] चेहरा कॉपी करण्यासाठी........] टाईप टेम्प्लेट वापरला जातो

अ] गोलाकार

ब] प्लेट प्रकार

क] सपाट

ड] त्रिकोणी

55]............] सीएनसी मशीनचे मुख्य तत्व आहे का?

अ] सर्व अवस्था संख्यांमध्ये दर्शवा

ब] मशीनवरील यांत्रिक नियंत्रणासाठी अधिक वेळ आवश्यक आहे.

C] कटिंग गती मॅन्युअल नियंत्रणापेक्षा जास्त आहे.

ड] वर्कशॉपमधीलउत्पादनक्रममशीनमध्येब्लॉकनंबरद्वारेसंग्रहितकेलाजातो.

56] एका शाफ्टच्या प्रतीसाठी.......] टाईप टेम्प्लेट वापरला जातो.

अ] गोलाकार

ब] त्रिकोणी

क] सदनिका

ड] चौकोन

सीएनसीप्रोग्रामटूलपथ.

image

57] अखंड मार्गाची लक्षणे आहेत

अ] मोजणी प्रणाली म्हणतात.

ब] आंतरसंबंधित गतीसाठी को-ऑर्डिनेट अक्षावरील टूल आणि वर्क पीस.

क] कटर फीड आणि गती सेटिंग करून

ड] सर्ववर

५८] Misc कमांड M30 म्हणजे........

अ] प्रोग्रामचाशेवटआणिरीसेट

ब] कार्यक्रम थांबवा

क] स्पिंडलची घड्याळाच्या दिशेने गती

ड] कार्यक्रम पूर्ण करा

59] अनुदैर्ध्य फीडसह अनसेटिंग स्पिंडल वर्टिकल मिलिंग मशीनसह मिलिंग करताना मिलिंग पृष्ठभागावर परिणाम होतो.

अ] बहिर्वक्र पृष्ठभाग

<u>ब] अवतलपृष्ठभाग</u>

क] त्रिज्या क्रॉस रेषा

ड] खडबडीत पृष्ठभाग

<u>सीएनसीमिलिंगऑपरेशन]</u>

image

cnc milling
atcautomatic-tool-changer-atc

60] वर्टिकल मिलिंग मशिनद्वारे 12 मिमी डाय एंड मिल कटरद्वारे स्लॉटद्वारे मिलिंग करताना सौम्य स्टील प्लेटवर कटर स्लीप आहे आणि तो कसा टाळता येईल या दोषासाठी कटर स्लीप आहे.

अ] हाय स्पीड स्पिंडल

ब] कमी कटिंग गती

क] कट खोली वाढणे

<u>ड] कटरचीखोलीआणिफीडकमी</u>

61] स्क्रूची 5 मिमी पिच आणि 40 : 1 चे विभाजन गुणोत्तर असलेले मिलिंग मशीनचे शिसे काय आहे

अ] 0.25 मिमी

ब] 5 मि.मी

क] 8 मिमी

<u>ड] 200 मिमी</u>

62] डाऊन मिलिंग ऑपरेशनसाठी बॅकलॅश एलिमिनेटर स्लॅप कटरचा वापर न केल्यास कोणती सुरक्षा पाळावी?

<u>अ] कमीशिसेआणिखोली</u>

ब] उच्च आघाडी

C] उच्च शिसे आणि कमी खोली

ड] उच्च शिसे आणि उच्च गती

<u>सीएनसीमशीनशून्यआणिफीडदर.</u>

cnc machine zero.PNG

63] शून्य ऑफसेट हे.....] आणि......... मधील अंतर आहे.

अ] G41 आणि g42

<u>ब] यंत्रशून्यआणिकार्यशून्य</u>

C] संदर्भ बिंदू आणि टॅपिंग मोड

ड] त्यापैकी एकही नाही

64] फीड दर mm प्रति मिनिट G सह प्रोग्राम केला आहे.........] आणि mm प्रति- G सह क्रांती.

अ] G41 आणि g42

ब] G 43 आणि G 40

<u>क] G 94 आणि g95</u>

ड] त्यापैकी एकही नाही

65] कडून सर्व सूचना गोळा करण्यासाठी.......] CNC कंट्रोल युनिटमध्ये

अ] स्मृती

ब] टेप रीडर

C] नियंत्रण पॅनेल

ड] ऑपरेटर

सीएनसीड्रिलिंगमशीन.

cnc drilling machine.jpg

66] सीएनसी ड्रिलिंग मशीन y अक्षाच्या पुढे आणि मागे नियंत्रणासाठी.........

अ] स्पिंडल

ब] तक्ता

क] घड्याळाच्या दिशेने

ड] स्तंभ

67] M 01 कमांड म्हणजे.....

अ] कार्यक्रम थांबवण्यासाठी

ब] कार्यक्रमाचा शेवट आणि रीसेट

क] कार्यक्रमथांबवणेअट

ड] मशीन स्पिंडलचे घड्याळाच्या दिशेने फिरणे

68] CNC मशिनची स्थापना अमेरिकन शास्त्रज्ञ जॉन पर्सन यांनी.......] साली केली

अ] 1950

ब] 1952

क] 1955

डी] 1957

CNC नियंत्रण, इनपुटआणिमेमरीयुनिट.

cnc control.jpg cnc operation-panel

69] सीएनसी मशीनला कमांड देण्यासाठी वापरल्या जाणाऱ्या युनिटचे नाव.

अ] नियंत्रण एकक

ब] मेमरी युनिट

क] इनपुटयुनिट

ड] आउटपुट युनिट

70] सीएनसी मशीनमधील डेटावर प्रक्रिया करण्यासाठी वापरल्या जाणाऱ्या युनिटचे नाव.

अ] मेमरी युनिट

ब] नियंत्रणएकक

क] इनपुट युनिट

ड] आउटपुट युनिट

71] सीएनसी मशीनमध्ये डेटा साठवण्यासाठी वापरल्या जाणाऱ्या युनिटचे नाव.

अ] इनपुट युनिट

ब] नियंत्रण एकक

क] मेमरीयुनिट

ड] आउटपुट युनिट

सीएनसीमशीनमध्येसर्वोमोटर.

servo motor.jpg cnc spindle-motor

72] सीएनसी मशीनमधील डेटाची गणना करण्यासाठी वापरल्या जाणाऱ्या युनिटचे नाव.

अ] आउटपुट युनिट

ब] अंकगणितएकक

क] मेमरी युनिट

ड] इनपुट युनिट

73] सीएनसी मशीनमध्ये प्रोसेसिंग डेटाचे परिणाम प्रदर्शित करण्यासाठी वापरल्या जाणार्‍या युनिटचे नाव

अ] अंकगणित एकक

ब] आउटपुटयुनिट

क] मेमरी युनिट

ड] इनपुट युनिट

74] सीएनसी मशिनमधील सर्वो मोटर .... यासाठी वापरली जाते.

अ] मशीन स्पिंडलवर बदलण्याचे साधन

ब] ड्रायव्हिंगमशीनस्पिंडल

क] मशीन स्पिंडलवर फिक्सिंग जॉब

ड] स्पिंडलवर काम सिद्ध करणे

सीएनसीमशीनचेप्रकार.

types of cnc.jpg

75] सीएनसी मशीनच्या खालीलपैकी एक भाग स्पिंडलवर टूल्स बदलण्यासाठी वापरला जातो.

अ] सर्वो मोटर

ब] नियंत्रण पॅनेल

C]स्वयंचलितटूलचेंजर ATC

ड] हाय स्पीड स्पिंडल

76] सीएनसी मिलिंग श्रेणीतील खालीलपैकी एक सीएनसी मशीन आहे.......

अ] चकिंग केंद्र

ब] CNC उशीरा

क] अनुलंबमशीनिंगकेंद्र

ड] पृष्ठभाग पीसण्याचे यंत्र

77] टर्निंग सेंटर किंवा सीएनसी लेथ श्रेणीतील खालीलपैकी एक सीएनसी मशीन आहे.......

अ] अनुलंब मशीनिंग केंद्र

ब] क्षैतिज मशीनिंग केंद्र

क] उभेवळणकेंद्र

ड] प्रोफाइल ग्राइंडिंग मशीन

सीएनसीमशीनसाठीविविधकार्ये.

miscellaneous function.jpg

78] ग्राइंडिंग सेंटर श्रेणीतील खालीलपैकी एक सीएनसी मशीन आहे....

अ] युनिव्हर्सल मिलिंग सेंटर

ब] दंडगोलाकारग्राइंडिंगमशीन

C] CNC उशीरा

ड] अनुलंब मशीनिंग केंद्र

Grinding wheels 1 bench grinder-wheel

ग्राइंडिंग व्हील

79] CNC मशीन प्रोग्रामिंगमध्ये M हा शब्द सूचित करतो

अ] फीड दर

ब] स्पिंडल गती

<u>क] विविधकार्य</u>

ड] साधन क्रमांक

80] सीएनसी मशीन प्रोग्रामिंग प्रीपेरेटरी फंक्शनमध्ये G00 यासाठी आहे.....

<u>अ] रेखीयप्रक्षेपण</u>

ब] घड्याळाच्या दिशेने वर्तुळाकार प्रक्षेपण

C] घड्याळाच्या उलट दिशेने वर्तुळाकार इंटरस्पेलेशन

ड] धरा

<u>सीएनसीमशीनसाठीतयारीकार्ये.</u>

preparatory function.jpg

81] सीएनसी मशीन प्रोग्रामिंग प्रीपेरेटरी फंक्शनमध्ये G02 यासाठी आहे.....

अ] रेखीय प्रक्षेपण

ब] घड्याळाच्यादिशेनेवर्तुळाकारप्रक्षेपण

C] घड्याळाच्या उलट दिशेने वर्तुळाकार इंटरस्पेलेशन

ड] धरा

82] खालीलपैकी एक प्रीपेरेटरी फंक्शन G 00 CNC प्रोग्राममध्ये .... साठी वापरले जाते.

अ] सरळ रेषेत रेखीय इंटरस्पेलेशन किंवा फीड मोशन.

ब] घड्याळाच्या दिशेने वर्तुळाकार इंटरस्पेलेशन

क] पॉइंटटूपॉइंटपोझिशनिंगकिंवारॅपिडमोशन.

D] घड्याळाच्या उलट दिशेने वर्तुळाकार इंटरस्पेलेशन

83] 3D इंटरपेलेशनसाठी CNC प्रोग्राममध्ये वापरल्या जाणाऱ्या बेलो प्रीपेरेटरी फंक्शनपैकी एक

अ] जी ०५

ब] G12

क] G17

D] G18

सीएनसीमशीनवरथ्रेडिंगआणिटॅपिंग.

threading & tapping on cnc.jpg

84] थ्रेड कटिंग कॉन्स्टंट लीडसाठी सीएनसी प्रोग्राममध्ये वापरल्या जाणाऱ्या खालील तयारीपैकी एक

A] G33

ब] G40

क] G53

D] G62

85] टॅपिंग ऑपरेशनसाठी CNC प्रोग्राममध्ये वापरल्या जाणाऱ्या बेलो प्रिपरेटरी फंक्शनपैकी एक.

अ] जी-40

ब] G53

क] G62

D] G63

86] मिलिंग ऑपरेशनसाठी CNC प्रोग्राममध्ये वापरलेले खालीलपैकी एक प्रीपेरेटरी फंक्शन.

A] G62

ब] G63

क] जी७८, ७९

ड] G81

सीएनसीमशीनवरड्रिलिंग, बोरिंगआणिरीमिंग

drilling boring & reaming.jpg

87] ड्रिलिंग ऑपरेशनसाठी CNC प्रोग्राममध्ये वापरल्या जाणार्‍या बेलो प्रिपरेटरी फंक्शनपैकी एक.

अ] जी८१

ब] जी ८२

क] जी ८४

ड] जी ८५

88] सीएनसी प्रोग्राममध्ये रीमिंग ऑपरेशनसाठी वापरल्या जाणार्‍या बेलो प्रिपरेटरी फंक्शनपैकी एक.

अ] जी ८४

ब] जी८५

क] जी ८६

ड] जी 90

89] कंटाळवाणा ऑपरेशनसाठी सीएनसी प्रोग्राममध्ये खालीलपैकी एक प्रीपेरेटरी फंक्शन वापरले जाते.

अ] जी८६

ब] जी ९०

क] जी ९१

ड] जी ९२

CNC कार्यक्रमक्रमक्रमांक.

cnc program sequence.png

90] सीएनसी प्रोग्राममध्ये ब्लॉकचा अनुक्रम क्रमांक दर्शवण्यासाठी कोणते अक्षर वापरले जाते

<u>अ] एन</u>

ब] जी

क] एफ

डी] एस

91] सीएनसी प्रोग्राममध्ये रेखीय अक्षाची स्थिती दर्शवण्यासाठी कोणते अक्षर वापरले जाते

A] ABC

ब] UVW

<u>क] XYZ</u>

ड] IJK

92] फीड रेटसाठी CNC प्रोग्राममध्ये खालीलपैकी एक अक्षर वापरले जाते

अ] एस

<u>ब] एफ</u>

क] टी

ड] एम

<u>सीएनसीमशीनमध्येटूलचेंजआणिस्पिंडलस्पीड.</u>

tool change i cnc.jpg cnc milling atcautomatic-tool-changer-atc

93] खालीलपैकी एक अक्षर RPM मध्ये स्पिंडल स्पीडसाठी CNC प्रोग्राममध्ये वापरले जाते

आहे

ब] टी

<u>क] एस</u>

ड] एफ

94] CNC प्रोग्राममध्ये टूल फंक्शन नंबर दर्शवण्यासाठी कोणते अक्षर वापरले जाते

<u>अ] टी</u>

ब] एस

सेमी

ड] एफ

95] सीएनसी प्रोग्राममध्ये कोणते विविध फंक्शन प्रोग्राम स्टॉपसाठी वापरले जाते

A] M03

<u>ब] M00</u>

C] M01

D] M02

<u>सीएनसीमशीनस्पिंडलदिशा.</u>

cnc machine spindle direction.png

96] खालील संकीर्ण फंक्शनपैकी एक पर्यायी स्टॉप प्रोग्राम करण्यासाठी वापरले जाते

<u>अ] एम०१</u>

B] M 02

C] M 03

D] M 04

97] CNC प्रोग्राममध्ये विविध कार्य M02 वापरले जाते......

<u>अ] कार्यक्रमथांबवा</u>

ब] वैकल्पिक कार्यक्रम थांबवा

क] कार्यक्रमाचा शेवट

ड] घड्याळाच्या दिशेने स्पिंडल चालू

98] सीएनसी प्रोग्राममध्ये विविध फंक्शन M03 वापरले जाते ....

अ] घड्याळाच्या उलट दिशेने स्पिंडल चालू

<u>ब] घड्याळाच्यादिशेनेस्पिंडलचालू</u>

क] स्पिंडल बंद

ड] साधन चांग

<u>सीएनसीमशीनमध्येकूलंट.</u>

coolant in cnc machine.jpg

cnc coolant-pump

99] स्पिंडल स्टॉपसाठी सीएनसी प्रोग्राममध्ये वापरलेले खालील विविध फंक्शनपैकी एक.

A] M04

<u>ब] M05</u>

C] M06

D] M07

100] CNC प्रोग्रॅममध्ये कोणते संकीर्ण फंक्शन टूल्स बदलासाठी वापरले जाते

<u>A] M06</u>

ब] M07

C] M09

D] M10

101] शीतलक चालू करण्यासाठी CNC प्रोग्राममध्ये वापरलेले खालील विविध कार्यांपैकी एक

<u>A] M08</u>

ब] M09

C] M10

D] M11

<u>सीएनसीमशीनवरजॉबक्लॅम्पकरणे.</u>

clamping the job on cnc.jpg

102] CNC प्रोग्राममधील खालील संकीर्ण फंक्शनपैकी एक कूलंट बंद करण्यासाठी वापरले जाते

A] M11

ब] M10

<u>C] M9</u>

D] M15

103] सीएनसी प्रोग्राममध्ये मशीन टेबलवर जॉब क्लॅम्प करण्यासाठी कोणते विविध फंक्शन वापरले जाते.

A] M09

<u>ब] M10</u>

C] M11

D] M15

104] सीएनसी प्रोग्राममधील खालील संकीर्ण फंक्शनपैकी एक कार्य अनक्लेम्प करण्यासाठी वापरले जाते

<u>A] M11</u>

ब] M15

C] M30

D] M60

सीएनसीमशीनमध्येवर्कपीसबदलणे.

workpice change in cnc.jpg

105] सीएनसी प्रोग्राममध्ये वर्कपीस बदलण्यासाठी कोणते विविध फंक्शन वापरले जाते

A] M30

ब] M60

C] M68

ड] M78

106] मशीन ... सीएनसी मशीनवर शून्य ऑफ-सेटिंगसाठी आहे.

A] MDI मोडमध्ये

ब] जॉग मोडमध्ये

C] स्वयंचलित मोडमध्ये

ड] वर्तमान मोडमध्ये

107] NC मशीनवरील फीड दर ......कोड द्वारे दर्शविला जातो.

अ] एक्स

ब] य

क] एफ

ड] झेड

सीएनसीमशीनअक्षस्थिती]

cnc machine axis position.jpg

108] अक्षाची स्थिती.......कोड द्वारे दर्शविली जाते.

अ] X, Y, Z

B] P, Q, R

क] अ, ब, क

D] M, N, O

109] CNC ड्रिलिंग मशीन चालू आहे ....Axis Programmed.

अ] दोन अक्ष

ब] तीन अक्ष

क] चार अक्ष

ड] सहाअक्ष

110] ....युनिट कडून CNC च्या कंट्रोल युनिटमध्ये सूचना गोळा करा

अ] यंत्र साधन

ब] सूचना

क] चुंबकीय पेटी

ड] स्मृती

सीएनसीमशीनचाकार्यरतआलेख]

working graph of cnc machine.jpg

111] NC मशीनची टेप तयार करण्यासाठी -----------कोड वापरला जातो.

अ] EIA कोड

ब] ISO कोड

C] ASC कोड

ड] त्यापैकी एकही नाही.

112] सीएनसी मशीन कन्व्हेन्शन मशीनपेक्षा अधिक अचूक उत्पादन देते, परंतु ते अधिक महाग आहे कारण.

अ] यात एसी केबिन आहे

ब] यातडस्टप्रूफकेबिनआहे

क] याचा पाया मजबूत आहे

ड] त्यात अधिक जागा आहे

113] सीएनसी मशीन डिजिटल लाईनवर ग्राफिकल बेस बिंदूवर काम करत आहे, डिजिटल पॉइंट्स कॉल ....

अ] आलेख

ब] इनपुट मीडिया

क] समन्वय

ड] मूळ मुद्दा

सीएनसीमशीनमध्येअक्षरोटरीमोशन]

axis rotary motion in CNC.png

114] अनुदैर्ध्य फीडसाठी CNC मशीनवर.......अक्ष, क्रॉस फीड......अक्ष आणि उभ्या फीडसाठी........अक्ष नाव दिलेले आहे.

अ] अ, ब, क

<u>ब] X,Y,Z</u>

C] P, Q, R

D] M, N, O

115] रोटरी मोशनसाठी CNC मशीनच्या अक्षावर ....नाव दिलेले आहे.

<u>अ] अ, ब, क</u>

ब] X,Y,Z

C] P, Q, R

D] M, N, O

116] CNC मशीन म्हणजे......

अ] नैसर्गिक नियंत्रण यंत्र

ब] वायवीय नियंत्रण यंत्र

<u>क] संख्यात्मकनियंत्रणयंत्र</u>

ड] कमांड मशीन नाही

117] हायड्रोलिक पाईप बेंडिंग मशीनचे आतील फॉर्मर्स व्यासापर्यंत पाईप्स वाकवू शकतात.

अ] 40 मि.मी

ब] 100 मि.मी

क] 20 मि.मी

ड] 75 मिमी

118] ग्राइंडिंग मशीनमध्ये वापरल्या जाणाऱ्या हायड्रॉलिक द्रवपदार्थाचा गुणधर्म कोणता नाही?

अ] ते हवा नियंत्रित किंवा शोषू नये

ब] त्यामुळे हलणाऱ्या भागांना गंज येऊ नये

क] पुरेशी स्निग्धता असावी

डी] ऑपरेटिंगतापमानातत्याचीवाफहोणेआवश्यकआहे

119] खालीलपैकी कोणता वायवीय प्रणालीचा फायदा आहे?

अ] कमीकिमतीच्यामांडणीसाठी

ब] उत्पादनाचा दर वाढवण्यासाठी

C] कामाच्या चांगल्या वातावरणासाठी

120] न्यूमॅटिक पॉवर सिस्टमचा कोणता फायदा खालीलप्रमाणे आहे

अ] उत्पादन दर वाढीसाठी.

ब] लेआउटसाठी कमी रोख

क] कामासाठी चांगले वातावरण

ड] सर्ववर

121]हायड्रॉलिक ब्रेक सिस्टीममधील द्रवपदार्थाचा दाब नियंत्रित केला जातो

अ] कायदा उकळतो

ब] चार्ल्स कायदा

C] पास्कलचानियम

D] वरीलपैकी कोणताही कायदा नाही

122] सिलिंडरच्या आत आणि बाहेर दोन्ही मार्गांनी द्रवपदार्थ येऊ देते

अ] पिस्टन

ब] पुश रॉड

क] प्राथमिक कप

ड] झडपतपासा

123] हवेच्या टाकीतून हवेचा अतिरिक्त दाब कमी होतो]

अ] एअर कंप्रेसर

ब] अनलोडर वाल्व

सी] सुरक्षाझडप

ड] ब्रेक चेंबर

124] हवेच्या टाकीपर्यंत पोहोचून जास्तीत जास्त हवेचा दाब नियंत्रित करते]

अ] एअर कंप्रेसर

ब] <u>अनलोडरवाल्व</u>

सी] सुरक्षा झडप

ड] ब्रेक चेंबर

125] विविध सर्किट्समध्ये हवेचे वितरण करते

अ] ब्रेक अॅक्ट्युएटर

ब] ड्युअल ब्रेक व्हॉल्व्ह

क] <u>प्रणालीसंरक्षणझडपा</u>

126] एक व्होल्टेज स्त्रोत 20 ohms प्रतिकारांवर 40V चा IR ड्रॉप, 30 ohms resistance मध्ये 60V आणि 90 ohms resistance मध्ये 180V सर्व मालिका तयार करतो]लागू व्होल्टेज किती आहे?

अ] 180 वी

ब] 240 व्ही

C] 100 V

D <u>] 280 V</u>

127] ट्यूब लाईट सर्किटमध्ये चोकचे प्रारंभिक कार्य म्हणजे...

अ] प्रारंभ करंट मर्यादित करा

ब] <u>उच्चव्होल्टेजप्रेरितकरा</u>

C] फिलामेंट गरम करा

D] सुरू केल्यानंतर विद्युत् प्रवाह मर्यादित करा

128] पीक-टू-पीक व्होल्टेज 99V आहे] साइन वेव्हचे प्रभावी मूल्य किती मोठे आहे?

अ] 70 वी

ब] 44.5V

क] 49.5 व्ही

ड] <u>35 व्ही</u>

129]मूव्हिंग कॉइल व्होल्टमीटर 10 V AC वाचतो]प्रभावी व्होल्टेज किती मोठा आहे?

अ] उच्च

ब] कमी

क] <u>समान</u>

D] 10% जास्त

130]एक कॅपेसिटर 200 व्होल्ट एसी लाईनवर जोडलेला आहे, त्याचे किमान व्होल्टेज रेटिंग असावे...

A]100 व्होल्ट

ब] 200 व्होल्ट

C] <u>300 व्होल्ट</u>

डी] 400 व्होल्ट

131]कार्बन झिंक सेलचे नाममात्र आउटपुट व्होल्टेज किती आहे?

A]12V

ब] 1.5V

C]2.0V

D] 2.2V

132]सेल्स सिरीजमध्ये कनेक्ट केलेले आहेत..

अ] आउटपुटव्होल्टेजवाढवा

B] आउटपुट व्होल्टेज कमी करते

C] अंतर्गत प्रतिकार कमी करा

डी] वर्तमान क्षमता वाढवा

133] अज्ञात DC व्होल्टेज मोजायचे आहे, तुम्ही प्रथम कोणती मापन श्रेणी निवडाल?

A] 500V

B]50V

क] १.५ व्ही

D]0.5V

134]कंडक्टरमध्ये विकसित होणारी उष्णता...

अ] शक्तीचा वर्ग

B] प्रतिकाराचा वर्ग

C] प्रवाहाचावर्ग

D] वेळेचा वर्ग

135]ट्यूब लाईट सर्किटमधील चोकचे दुसरे कार्य म्हणजे...

अ] प्रारंभ करंट मर्यादित करा

ब]उच्च व्होल्टेज प्रेरित करा

C] फिलामेंट गरम करा

D] सुरूकेल्यानंतरविद्युतप्रवाहमर्यादितकरा

136]एक हलणारे लोखंडी ammeter 10 A वाचतो] दोलनाचा शिखर प्रवाह किती मोठा आहे?

A] 7.07 A

ब]१.१४१४अ

C]70.7 A

ड] 14.1 अ

137] पॉवर कंपन्यांना पॉवर फॅक्टर सुधारण्यात रस आहे

अ] रेषाप्रवाहकमीकरा

ब] मोटर कार्यक्षमता वाढवा

C]व्होल्ट-अँपिअर्स वाढवा

डी] शक्ती कमी करा

138] RL समांतर सर्किटमध्ये, एकूण विद्‌युत् प्रवाहाच्या विरोधाला...

अ] प्रतिक्रिया

ब] प्रतिकार

C] सदिश बेरीज

ड] <u>प्रतिबाधा</u>

139] मायक्रो अँपिअर रेटिंगचा अज्ञात थेट प्रवाह मोजायचा आहे, तुम्ही प्रथम कोणती मापन श्रेणी निवडाल?

A]20 मायक्रो अँप

B] 15 मायक्रो अँप

C]150 मायक्रो अँप

डी] <u>500 मायक्रोअँप</u>

140]पृथ्वी वाहक जमिनीवर जाण्यासाठी मार्ग प्रदान करतो..

अ] <u>गळतीकरंट</u>

ब]प्रवाहापेक्षा जास्त

C] उच्च व्होल्टेज

डी] सर्किट करंट

141] कोणते उपकरण विद्‌युत प्रवाहाच्या गरम होण्यावर कार्य करते?

अ] तापदायक दिवा

ब] द्विधातु थर्मोस्टॅट

C]HRC फ्यूज

ड] <u>टोस्टर</u>

142] सोलेनॉइडचे दोन टर्मिनल कनेक्ट करा]

अ] पिनियन

ब] ओव्हर रनिंग क्लच

क] <u>प्लंजरडिस्क</u>

ड] घट्ट पकड

143] हॉर्न बटण दाबल्यावर विद्‌युतप्रवाह हॉर्नमधून वाहतो

अ] हॉर्न स्विच

ब] <u>सोलनॉइड कॉइल</u>

क] बॅटरी

ड] चेसिस]

144] कोरचे चुंबकाकडे वळते

अ] <u>सोलेनोइड स्विच</u>

ब] सक्रिय करणारी तार (गरम झाल्यावर]

C] बॅलास्ट प्रतिरोधक

डी] एक्च्युएटिंग वायर (थंड झाल्यावर]

145]कॅपॅसिटर AC मोटर लोडचे पॉवर फॅक्टर मूल्य वाढवते जेव्हा ते जोडलेले असते...

अ] मोटरसह मालिकेत

B] स्टार्टरसह मालिकेत

C <u>]मोटरच्यासमांतर</u>

D]मुख्य वळण असलेल्या मालिकेत

146]पॉवर फॅक्टर सुधारण्यासाठी सिंक्रोनस मोटर वापरली जाते तेव्हा ...

अ]उत्साहीत

ब] <u>अतिउत्साहीत</u>

सी] लोड केलेले

D] लोड न करता धावणे

147]विंडिंग मिक्सर मोटरच्या मेटल केसशी विद्युत संपर्क साधल्यास वळण म्हणजे...

अ] <u>ग्राउंडकेलेले</u>

ब]ओपन सर्किट केलेले

सी] शॉर्ट सर्किट

डी] लूज कनेक्ट केलेले

148]रोटरचे शेवटचे शाफ्ट निळे झाले तर ते त्याचे संकेत आहे...

अ] स्कोअरिंग

ब] <u>जास्तगरमहोणे</u>

C] अतिशीत

ड] burring

149] एक्स्ट्रीम प्रेशर अ‍ॅडिटीव्ह (EPA] ची शक्ती सुधारण्यासाठी कटिंग फ्लुइडमध्ये मिसळले जाते.

अ] थंड करणे

<u>ब] स्नेहन</u>

ड] मशीन केलेल्या पृष्ठभागाचे उत्पादन

क] कटिंग झोनची स्वच्छता

150] मशीन टूल्समध्ये स्नेहक वापरण्याचा मुख्य उद्देश ------ आहे.

अ] बनवण्याचे भाग थंड करा

ब] मशीन टूल गरम होण्यापासून प्रतिबंधित करा

C] जवळच्या संपर्कासाठी बनवण्याचे भाग ओले करा

ड] बनवणाऱ्याभागांमधीलघर्षणकमीकरा
151] प्रतिबंधात्मक देखभाल म्हणजे ....]
अ] देखभालीमध्ये संवेदनशील उपकरणे वापरणे समाविष्ट असते
ब] देखभाल साधारणपणे ऑपरेटर स्वतः करतो
क] मशीन खराब झाल्यावरच काम चालते
ड] अनपेक्षितब्रेकडाउनकमीकरण्यासाठीयोजना
152] ब्रेक डाउन मेंटेनन्स म्हणजे काय?
अ] अनपेक्षित ब्रेकडाउन कमी करण्यासाठी देखभाल
ब] देखभाल साधारणपणे ऑपरेटर स्वतः करतो
क] देखभालीमध्ये जीर्ण झालेले भाग बदलणे समाविष्ट आहे
ड] दुरूस्तीचेकामफक्तमशीनमध्येबिघाडझाल्यावरचचालते
153] नियमित देखभाल --------- आहे
अ] अनपेक्षित ब्रेकडाउन कमी करण्यासाठी नियोजित देखभाल केली जाते
ब] या प्रकारच्या देखभालीमध्ये संवेदनशील उपकरणाचा वापर समाविष्ट असतो
C] हे दुरूस्तीचे काम फक्त मशीनमध्ये बिघाड झाल्यावरच केले जाते
ड] याप्रकारचीदेखभालसामान्यतःऑपरेटरस्वतःकरतो
154] घन साधनाची कटिंग कड बनलेली असते
अ] कार्बनस्टील
ब] सौम्य पोलाद
C] सुपर हाय स्पीड स्टील
ड] स्टिलाइट
155] सिमेंट कार्बाइड थ्रेडिंग टूलची टीप आहे
अ] brazed
ब] वेल्डेड
क] सोल्डर केलेले
ड] टांग्याला चिकटवले
156] टूल कामाच्या पृष्ठभागावर घासेल आणि कटिंग फोर्स वाढेल तेव्हा..
अ] क्लिअरन्स कोन अधिक आहे
ब] मंजूरीपरीकमीआहे
क] रेक कोन अधिक आहे
ड] रेकचा कोन कमी आहे
157] कापताना चिपची निर्मिती यावर आधारित असते...
अ] उपकरणाचारेककोन
B] साधनाचा क्लिअरन्स कोन

क] उपकरणाचा पाचर कोन

D] साधनाचा क्लिअरन्स आणि वेज अँगल

158] खालील रेखांकनात, समोरचा क्लिअरन्स देवदूत कोणता?

अ] फ्रंटक्लिअरन्सकोन

ब] पाचर कोन

क] कटिंग कोन

ड] बॅक रेक कोन

159] कटिंग टूल जेव्हा त्याची क्रिया सुरू करते आणि या स्थानावर कटिंग फोर्स वाढतो तेव्हा टूलचा पुढील परिणाम होतो..?

अ] टूलचा क्लिअरन्स अँगल जास्त आहे

ब] टूलचाक्लिअरन्सअँगलकमीआहे

क] उपकरणाचा रेक कोन कमी आहे

ड] उपकरणाचा रेक कोन जास्त आहे

160] टूलसाठी रेक अँगलचा उद्देश काय आहे?

अ] मानसिकचिप्ससाठीयोग्यदिशा

ब] कामावर उत्तम फिनिशिंग

क] साधनाचे आयुष्य वाढवण्यासाठी

ड] नोकरी आणि साधन यांच्यातील घर्षण टाळण्यासाठी

161] कटिंग टूलसाठी क्लिअरन्स अँगल देण्याचा उद्देश काय आहे?

अ] मेटल कटिंग चिप्सच्या योग्य दिशेने

ब] कामाचा फटका बसल्यावर घर्षण कमी करा

C]नोकरीच्याघर्षणाच्याऋषीसाठी

डी] कामावर चांगले काम करण्यासाठी

162] कटिंग टूल्सने वरच्या मध्यभागी उंची निश्चित केली तर काय होईल?

अ] शीर्षरेककोनवाढवा

ब] कमी शीर्ष रेक कोन

C] टॉप रेक अँगलवर कोणताही परिणाम होत नाही

डी] क्लिअरन्स कोन वाढवा

163] कटिंग टूल सेटिंग मध्यभागी उंचीपेक्षा कमी केल्यास काय होईल?

अ] शीर्ष रेक कोन वाढवा

ब] शीर्षरेककोनकमीकरा

C] रेकवर कोणताही परिणाम होत नाही

ड] क्लिअरन्स कोन कमी करा

164] कटिंग टूल कामाच्या केंद्राला अस्वस्थ करत असेल तर?

अ] फ्रंट क्लीयरन्स कोन वाढवा

B] समोरीलमंजुरीकोनकमीकरा

C] समोरच्या मंजुरीच्या कोनावर कोणताही परिणाम होत नाही

ड] त्यापैकी एकही नाही

165] कटिंग टूल जर कामाच्या केंद्राची सेटिंग खाली असेल तर?

अ] फ्रंटक्लीयरन्सकोनवाढलेलाआहे

B] फ्रंट क्लीयरन्स कोन कमी आहे

C] क्लिअरन्स अँगलवर कोणताही प्रभाव नाही

ड] त्यापैकी एकही नाही

166] साधनासाठी शून्य रेक कोन द्या?

अ] साधनाचे घर्षण टाळण्यासाठी

ब] साधनआयुर्मानवाढवण्यासाठी

क] स्ट्रेट ऑफ टूल वाढवण्यासाठी

ड] कामावर चांगले काम करण्यासाठी

167] कार्बाइड टिप टूलसाठी हार्ड मटेरिअल चालू करण्यासाठी ...... आवश्यक आहे का?

अ] बाजूच्या रेकचा कोन

ब] शून्य रेक कोन

क] सकारात्मक रेक कोन

ड] नकारात्मकरेककोन

168] कटिंग टूलची कटिंग एज तुटू नका...?

अ] खाद्य वाढ

ब] कटिंगचा वेग कमी केला

क] नाकाची लांबी कमी होणे

D] नकारात्मकरेकअँगलवापरा

169] हायड्रोलिक मशिनद्वारे हायड्रोलिक उर्जेचे दुसऱ्या रूपात रूपांतर होते. हे कोणत्या प्रकारचे ऊर्जा आहे?

अ) यांत्रिकऊर्जा

b) विद्युत ऊर्जा

c) अणुऊर्जा

ड) लवचिक ऊर्जा

170] हायड्रोलिक टर्बाइनमध्ये कोणते तत्व वापरले जाते?

अ) फॅरेडे कायदा

b) न्यूटनचादुसरानियम

c) चार्ल्स कायदा

ड) ब्रॅग्स कायदा

171] टर्बाइनमध्ये वापरल्या जाणाऱ्या बादल्या आणि ब्लेड यासाठी वापरले जातातः

अ) <u>पाण्याचीदिशाबदला</u>

b) टर्बाइन बंद करा

c) वाऱ्याचा वेग नियंत्रित करणे

ड) शक्ती पुन्हा निर्माण करणे

172] ________________ ही पाण्याच्या ऊर्जेपासून मिळणारी विद्युत शक्ती आहे.

अ) रोटो डायनॅमिक पॉवर

b) थर्मल पॉवर

c) अणुऊर्जा

ड) <u>जलविद्युतशक्ती</u>

173] टर्बाईनमध्ये निर्माण होणारी कोणती उर्जा टर्बाइन शाफ्टशी जोडलेले इलेक्ट्रिक पॉवर जनरेटर चालविण्यासाठी वापरली जाते?

अ) <u>यांत्रिकऊर्जा</u>

b) संभाव्य ऊर्जा

c) लवचिक ऊर्जा

ड) गतिज ऊर्जा

174] हायड्रोलिक मशिन्स या वर्गवारीत येतातः

अ) पल्व्हरायझर्स

b) गतिज यंत्रे

c) कंडेनसर

ड) <u>रोटो-डायनॅमिकमशीनरी</u>

175] कोणत्या प्रकारच्या टर्बाइनमधून प्रवेश केलेल्या पाण्याचा दाब बदलतो?

अ) <u>प्रतिक्रियाटर्बाइन</u>

b) इंपल्स टर्बाइन

c) प्रतिक्रियाशील टर्बाइन

d) कायनेटिक टर्बाइन

176] कोणत्या प्रकारच्या टर्बाइनचा वापर पाण्याच्या प्रवाहाद्वारे वेग बदलण्यासाठी केला जातो?

a) कायनेटिक टर्बाइन

b) अक्षीय प्रवाह टर्बाइन

c) <u>इंपल्सटर्बाइन</u>

ड) प्रतिक्रिया टर्बाइन

177] फ्रान्सिस टर्बाइन कोणत्या प्रकारचे टर्बाइन आहे?

अ) इंपल्स टर्बाइन

b) स्क्रू टर्बाइन

c) प्रतिक्रियाटर्बाइन

ड) टर्गो टर्बाइन

178]रिएक्शन टर्बाइनचे किती प्रकार आहेत?

अ) ५

ब) ४

c) ३

ड) ९

179] फोर्नेरॉन टर्बाइन कोणत्या प्रकारचे टर्बाइन आहे?

a) आवक प्रवाह टर्बाइन

b) बाह्यप्रवाहटर्बाइन

c) मिश्र प्रवाह टर्बाइन

d) रेडियल फ्लो टर्बाइन

180] फ्लुइड पॉवर सर्किट्स योजनाबद्ध रेखाचित्रे वापरतात:

अ) घटककार्यतपशीलसुलभकरा

b) असे करा की केवळ प्रशिक्षित व्यक्तीच कार्ये समजू शकतील

c) रेखाचित्र प्रभावी दिसावे

ड) अप्रशिक्षित व्यक्तीला समजून घ्यायला लावा

181] वायवीय चिन्ह आहे:

a) समानकार्यासाठीवापरल्याजाणाऱ्याहायड्रॉलिकचिन्हापेक्षावेगळे

b) समान कार्यासाठी वापरल्या जाणाऱ्या हायड्रॉलिक चिन्हासारखेच

c) समान कार्यासाठी वापरल्या जाणाऱ्या हायड्रॉलिक चिन्हाशी तुलना केली जाऊ नये

d) नमूद केलेले नाही

182] वायवीय प्रणाली सहसा पेक्षा जास्त नसतात:

अ) 1 एचपी

ब) 1 ते 2 एचपी

c) 2 ते 3 एचपी

ड) 4 ते 5 एचपी

183] सर्वाधिक हायड्रॉलिक सर्किट्स:

अ) केंद्रीयहायड्रॉलिकपॉवरयुनिटमधूनऑपरेटकरा

b) एअर-ओव्हर-ऑइल पॉवर युनिट्स वापरा

c) एक समर्पित पॉवर युनिट ठेवा

d) समर्पित पॉवर युनिट नाही

184] हायड्रोलिक आणि वायवीय सर्किट:

अ) सर्व फंक्शन्ससाठी त्याच प्रकारे करा

b) सर्व फंक्शन्ससाठी वेगळ्या पद्धतीने करा

c) काहीअपवादांसहतेचकरा

ड) सर्व कार्ये करत नाही

185] वायवीय सर्किटमधील वंगण हे आहे:

अ) ओळीतील पहिला घटक

b) ओळीतील दुसरा घटक

c) ओळीतीलशेवटचाघटक

ड) ओळीतील तिसरा घटक

186] हायड्रॉलिक सिस्टिमच्या पहिल्या किमतीची तुलना वायवीय प्रणालींशी करताना, सामान्यतः ते आहेत:

अ) खरेदी करणे अधिक महाग

b) खरेदीसाठीकमीखर्चिक

c) किंमत समान आहे

ड) खर्च आवश्यक नाही

187] हायड्रोलिक सिस्टीमच्या ऑपरेटिंग खर्चाची तुलना वायवीय प्रणालींशी करताना, सामान्यतः ते आहेत.

अ) ऑपरेट करणे अधिक महाग

b) ऑपरेटकरण्यासाठीकमीखर्चिक

c) ऑपरेट करण्यासाठी खर्च समान आहे

ड) खर्च आवश्यक नाही

188] सर्वात सामान्य हायड्रॉलिक द्रव आहे:

अ) खनिज तेल

b) सिंथेटिक द्रव

c) पाणी

ड) जेल

189) हायड्रॉलिक पॉवर सिस्टममध्ये कोणता द्रव वापरला जातो?

a] पाणी

b] तेल

c] संकुचित न करता येणारा द्रव

d] वरीलसर्व

190) 1 बारचा दाब समान आहे

a] 14] 5 psi

b] 145 psi

c] 12] 5 psi

d] 145 x 10-6 psi

191) ओव्हरलोडिंगचा द्रव शक्ती आणि विद्युत प्रणालींवर काय परिणाम होतो?

a] इलेक्ट्रिकल सिस्टममध्ये इलेक्ट्रिकल घटक खराब होतात

b] द्रव उर्जा प्रणाली घटकांना इजा न करता काम करणे थांबवते

क] अ] आणिब] दोन्ही

d] वरीलपैकी काहीही नाही

192) फ्लुइड पॉवर सिस्टीममध्ये शक्ती कशी प्रसारित केली जाते?

a] शक्तीत्वरितप्रसारितकेलीजाते

b] शक्ती हळूहळू प्रसारित केली जाते

क] अ] आणि ब] दोन्ही

d] वरीलपैकी काहीही नाही

193) सामान्यतः द्रव न संकुचित करता येण्याजोगे असतात परंतु जेव्हा 70 बारचा मोठा दाब लावला जातो, तेव्हा पेट्रोलियम तेल दाबले जाऊ शकते.

a] 0]त्याच्यामूळखंडाच्या 5%

b] त्याच्या मूळ खंडाच्या 1%

c] त्याच्या मूळ खंडाच्या 5%

d] वरीलपैकी काहीही नाही

194) पिस्टनच्या आत द्रवपदार्थाच्या प्रवाहाला दिलेला प्रतिकार विकसित होतो

a] दबाव

b] बल

c] ताण

d] वरील सर्व

195) कमी दाबावर, द्रव असतात

a] दाबण्यायोग्य

b] संकुचितनकरतायेणारा

c] अप्रत्याशित

196) हायड्रॉलिक प्रणालींमध्ये,

a] यांत्रिकऊर्जातेलातहस्तांतरितकेलीजातेआणिनंतरयांत्रिकउर्जेमध्येरूपांतरितहोते

b] विद्युत ऊर्जा तेलात हस्तांतरित केली जाते आणि नंतर यांत्रिक उर्जेमध्ये रूपांतरित होते

c] यांत्रिक ऊर्जा तेलात हस्तांतरित केली जाते आणि विद्युत उर्जेमध्ये रूपांतरित होते

d] वरीलपैकी काहीही नाही

197) हायड्रोलिक पॉवर युनिटमध्ये खालीलपैकी कोणता घटक घटक म्हणून वापरला जातो?

a] दाब मापक

b] फिलर गेज

c] झडपा

ड] जलाशय

198) हायड्रॉलिक पॉवर युनिटमध्ये रोटरी गती वापरून साध्य केली जाते

a] हायड्रॉलिक सिलेंडर

b] वायवीय सिलेंडर

c] दोन्ही हायड्रॉलिक आणि वायवीय सिलेंडर

d] वरीलपैकीकाहीहीनाही

199) स्थिर विस्थापन वेन पंपचा वेग आणि प्रवाह दर यांचा काय संबंध आहे?

a] रोटरचावेगवाढल्यानेप्रवाहदरवाढतो

b] रोटरचा वेग वाढल्याने प्रवाह दर कमी होतो

c] प्रवाह दर स्थिर असतो आणि वेगातील बदलाने बदलत नाही

d] वरीलपैकी काहीही नाही

200) स्थिर विस्थापन व्हेन पंपमध्ये,

a] कामकाजाचादाबवाढल्यानेप्रवाहदरकमीहोतो

b] कामकाजाचा दाब वाढल्याने प्रवाह दर वाढतो

c] प्रवाह दर स्थिर असतो आणि कामकाजाच्या दाबाने बदलत नाही

d] वरीलपैकी काहीही नाही

201) कोणत्या प्रकारची गती हायड्रोलिक अॅक्ट्युएटरद्वारे प्रसारित केली जाते?

a] रेखीय गती

b] रोटरी गती

c] a]आणि b] दोन्ही

d] वरीलपैकी काहीही नाही

202) इलेक्ट्रिक अॅक्ट्युएटरचे कार्य काय आहे?

a] विद्युतउर्जेचेयांत्रिकटॉर्कमध्येरूपांतरकरते

b] यांत्रिक टॉर्कचे विद्युत उर्जेमध्ये रूपांतर करते

c] यांत्रिक ऊर्जा यांत्रिक टॉर्कमध्ये रूपांतरित करते

d] वरीलपैकी काहीही नाही

203) खालीलपैकी कोणता हायड्रॉलिक सिलिंडर बांधकामावर आधारित आहे?

a] सिंगल एक्टिंग सिलेंडर

b] दुहेरी अभिनय सिलेंडर

c] वेल्डेडडिझाइनसिलेंडर

d] वरील सर्व

204) हायड्रोलिक सिलेंडर्सद्वारे कोणत्या ऊर्जेचे यांत्रिक उर्जेमध्ये रूपांतर होते?

a] हायड्रोस्टॅटिकऊर्जा

b] हायड्रोडायनामिक ऊर्जा

c] विद्युत ऊर्जा

d] वरीलपैकी काहीही नाही

205) सिंगल ॲक्टिंग सिलिंडर वापरण्याचा फायदा काय?

अ] उच्च किंमत आणि विश्वासार्ह

b] पंपाच्या आतील पृष्ठभागावर honing आवश्यक नाही

c] पिस्टनसीलआवश्यकनाहीत

d] वरील सर्व

206) फ्लो कंट्रोल व्हॉल्व्हचे कार्य काय आहे?

a] प्रवाह नियंत्रण झडप तेलाच्या प्रवाहाची दिशा बदलते

b] प्रवाहनियंत्रणझडपहायड्रॉलिकतेलाचाप्रवाहदरसमायोजितकरूशकतो

क] अ] आणि ब] दोन्ही

d] वरीलपैकी काहीही नाही

207) 4/2 वाल्व्हमधील संख्यांचा अर्थ काय आहे?

a] 4 पदे आणि 2 मार्ग

b] 4 मार्गआणि 2 पदे

c] वरीलपैकी काहीही नाही

d] 3 मार्ग 2 पदे

208) कोणत्या प्रकारच्या सोलेनॉइडमध्ये कॉइल फेल होण्याची अधिक शक्यता असते?

a] AC solenoid

b] DC solenoid

c] AC आणि DC दोन्ही सोलेनोइड्स

d] वरीलपैकी काहीही नाही

209) दोन टप्प्यातील दिशा नियंत्रण वाल्वमधील कोणत्या टप्प्यावर सोलनॉइड चालवले जाते?

a] मुख्य स्टेज दिशा नियंत्रण वाल्व

b] पायलटस्टेजदिशानियंत्रणवाल्व

c] दोन टप्प्यातील दिशा नियंत्रणातील दोन्ही टप्पे सोलनॉइडद्वारे चालवले जातात

d] वरीलपैकी काहीही नाही

210) खालीलपैकी कोणता गॅस चार्ज केलेला संचयक आहे?

a] मूत्राशयप्रकार
b] स्प्रिंग लोडेड संचयक
c] भारित संचयक
d] वरील सर्व

211) भारित संचयकामध्ये पिस्टनखालील द्रवाचा दाब कसा मोजला जातो?
a] द्रवाचादाब = (वजनजोडलेले / पिस्टनक्षेत्र)
b] द्रवाचा दाब = (पिस्टन क्षेत्र / वजन जोडले)
c] द्रवाचा दाब = (वजन जोडलेले / पिस्टन बल)
d] द्रवाचा दाब = (पिस्टन फोर्स / वजन जोडलेले)

212) गॅस चार्ज केलेल्या संचयकामध्ये खालीलपैकी कोणता वायू वापरला जातो?
a] ऑक्सिजन
b] नायट्रोजन
c] कार्बन डायऑक्साइड
d] वरील सर्व

213) दाब आणि आकारमानात झपाट्याने बदल होण्याचा संबंध adiabatically दिलेला आहे
a] p0 v0 = p1 v1 = p2 v2
b] p0 v0 = p1 v1n = p2 v2n
c] p0 v0n = p1 v1n = p2 v2n
d] वरीलपैकी काहीही नाही

214) क्लॅम्पिंग ऑपरेशनमध्ये पायलट ऑपरेटेड चेक व्हॉल्व्ह का वापरला जातो?
a] स्पूल व्हॉल्व्हमधील गळती कमी करण्यासाठी
b] clamping दरम्यान दबाव कमी टाळण्यासाठी
c] *a]आणि b*] दोन्ही
d] वरीलपैकी काहीही नाही

215) खाली दाखवलेला भाग कोणता भाग दर्शवतो?
अ] रॉड क्षेत्र
b] पूर्ण बोअर क्षेत्र
c] वलयक्षेत्र
d] वरीलपैकी काहीही नाही

216) खालीलपैकी कोणते विधान सत्य आहे?
अ] मीटर-इन फीड सर्किट्समध्ये दोन दिशेने वेग नियंत्रण असते
b] स्टँडर्डब्लॉकफीडसर्किट्समध्येदोनदिशांमध्येवेगनियंत्रणअसते
c] टँक लाइन फीड कंट्रोल सिस्टीममध्ये वेग नियंत्रण फक्त एकाच दिशेने असते
d] वरील सर्व

217) रोटरी चकमधील गळतीची भरपाई द्वारे केली जाऊ शकते

a] प्रवाह नियंत्रण झडप

b] पायलट संचालित चेक वाल्व

c] <u>संचयक</u>

d] वरील सर्व

218) सुरक्षेच्या उद्देशाने सिस्टममधील संचयक अवरोधित करण्यासाठी कोणता वाल्व वापरला जातो?

a] पायलट झडप

b] <u>सुईझडप</u>

c] डिटेंट वाल्व

d] वरील सर्व

219) खालीलपैकी कोणती प्रणाली औद्योगिक वापरामध्ये अधिक ऊर्जा निर्माण करते?

a] <u>हायड्रॉलिकप्रणाली</u>

b] वायवीय प्रणाली

c] दोन्ही प्रणाली समान ऊर्जा निर्माण करतात

ड] सांगू शकत नाही

220) कोणत्या प्रकारच्या कंप्रेसरला संकुचित हवेसाठी जलाशय आवश्यक आहे आणि का?

a] रोटरी कंप्रेसर स्पंदन प्रभाव टाळण्यासाठी

b] <u>पल्सेटिंगप्रभावटाळण्यासाठीपरस्परकंप्रेसर</u>

c] धडधडणारा प्रभाव टाळण्यासाठी रोटरी आणि रेसिप्रोकेटिंग दोन्ही कंप्रेसर

d] वरीलपैकी काहीही नाही

221) कंप्रेसर निवडताना खालीलपैकी कोणते घटक विचारात घेतले जातात?

a] प्रकारचे तेल फिल्टर आवश्यक आहे

b] <u>व्हॉल्यूमेट्रिककार्यक्षमता</u>

c] वापरलेल्या द्रवांची चिकटपणा

d] वरील सर्व

222) हवा निर्मिती प्रणालीमध्ये खालीलपैकी कोणता घटक वापरला जातो?

a] प्रेशर स्विच

b] दाब मापक

c] <u>वाळवणारा</u>

ड] इंटरकूलर

223) दोन स्टेज कॉम्प्रेसरमध्ये इंटरकूलर कुठे जोडला जातो?

a] इंटरकूलर दोन स्टेज कंप्रेसर नंतर जोडलेले आहे

b] इंटरकूलरकंप्रेसरच्यादोनटप्प्यांमध्येजोडलेलेआहे

c] इंटरकूलर दोन स्टेज कॉम्प्रेसरच्या आधी जोडलेले आहे

d] वरीलपैकी काहीही नाही

224) रेग्युलेटर युनिटचे प्रतिनिधित्व करण्यासाठी खालीलपैकी कोणते नोटेशन वापरले जाते?

अ] ३]०

ब] ०]३

c] ३

d] वरीलपैकी काहीही नाही

225) खालीलपैकी कोणता लॉजिक व्हॉल्व्ह शटल व्हॉल्व्ह म्हणून ओळखला जातो?

a] किंवागेट

b] आणि गेट

c] ना गेट

ड] नंद

226) वायवीय प्रणालींमध्ये, AND गेट म्हणून देखील ओळखले जाते

a] चेक वाल्व

b] शटल व्हॉल्व्ह

c] दुहेरीदाबझडप

d] वरीलपैकी काहीही नाही

227) प्रेशर सिक्वेन्स व्हॉल्व्ह म्हणजे काय?

a] हेॲडजस्टेबलप्रेशररिलीफव्हॉल्व्हआणिडायरेक्शनलकंट्रोलव्हॉल्व्हयांचेसंयोजनआहे

b] हे नॉन-एडजस्टेबल प्रेशर रिलीफ व्हॉल्व्ह आणि डायरेक्शनल कंट्रोल व्हॉल्व्हचे संयोजन आहे

c] हे समायोज्य दाब कमी करणारे वाल्व आणि चेक व्हॉल्व्ह यांचे संयोजन आहे

d] हे समायोज्य दाब कमी करणारे वाल्व आणि प्रवाह नियंत्रण वाल्व यांचे संयोजन आहे

228) वायवीय प्रणालींमध्ये सिग्नलचे ओव्हरलॅपिंग वापरून टाळले जाऊ शकते

a] रोलिंग लीव्हर वाल्व

b] निष्क्रिय रोलर लीव्हर वाल्व

c] a]आणि b] दोन्ही

d] वरीलपैकी काहीही नाही

229) वायवीय सर्किट काढण्यासाठी वापरल्या जाणाऱ्या कॅस्केड पद्धतीसाठी खालीलपैकी कोणते विधान सत्य आहे?

a] सिग्नल प्रोसेसिंग व्हॉल्व्ह समांतर जोडलेले आहेत

b] जेव्हा सिग्नल प्रोसेसिंग व्हॉल्व्हची संख्या 4 पेक्षा जास्त असते तेव्हा सिग्नल मजबूत असतात

c] कॅस्केडपद्धतखर्चघटकविचारातघेतनाही

d] वरील सर्व

230) 3/2 व्हॉल्व्हच्या खालील आकृतीमध्ये दर्शविलेल्या भागाला काय म्हणतात?

a] स्वहस्ते चालवलेला झडप

b] पायलटसंचालितझडप

c] प्रेशर इलेक्ट्रिक कन्व्हर्टर

d] वरीलपैकी काहीही नाही

231) कोणत्या सिस्टीममध्ये सर्वो व्हॉल्व्हचे स्पूल टॉर्क मोटरद्वारे चालवले जाते?

a] हायड्रोमेकॅनिकल सर्वो सिस्टम

b] इलेक्ट्रोहायड्रॉलिकसर्वोप्रणाली

c] पारंपारिक सर्वो वाल्व

d] वरील सर्व

232) सर्वो व्हॉल्व्ह प्रणालीमध्ये सर्वो म्हणजे काय?

a] त्याला अभिप्राय मिळू शकत नाही परंतु इच्छित आउटपुट मिळू शकतो

b] त्याला अभिप्राय मिळू शकत नाही आणि इच्छित आउटपुट मिळू शकत नाही

c] त्यालाअभिप्रायमिळूशकतोआणिइच्छितआउटपुटमिळूशकतो

d] वरीलपैकी काहीही नाही

233) पारंपारिक व्हॉल्व्हमध्ये स्पूल हलविण्यासाठी कोणता घटक वापरला जातो?

a] टॉर्क मोटर

b] यांत्रिक सर्वो वाल्व

c] solenoid

d] वरील सर्व

234) DC solenoid coils चा फायदा काय आहे?

अ] डीसी सोलेनॉइड कॉइलमध्ये विद्युत प्रवाह जास्त असतो

b] DC सोलनॉइडकॉइल्समध्येविद्युतप्रवाहाचीपातळीस्थिरअसते

c] DC सोलनॉइड कॉइलचे रेटिंग 220 V DC असते

d] वरील सर्व

235) खालीलपैकी कोणते विधान प्रमाणिक झडपासाठी खरे आहे?

a] आनुपातिकवाल्वचास्पूलजास्तीतजास्तलांबीचाप्रवासकरूशकतो

b] आनुपातिक वाल्वमध्ये डिजिटल प्रकारचे कार्य शक्य आहे

c] आनुपातिक व्हॉल्व्हसाठी स्वतंत्र प्रवाह नियंत्रण वाल्व आवश्यक आहे

d] वरील सर्व

236) खालीलपैकी कोणती विधाने असत्य आहेत/आहेत?

a] हवा संकुचित करण्यायोग्य नाही

b] पारंपारिक प्रणालींपेक्षा द्रव उर्जा प्रणालींमध्ये कमी शक्ती विकसित केली जाते

c] लोड हाताळणीच्या उद्देशाने वापरल्या जाणाऱ्या यांत्रिक लिंकेजमध्ये उच्च कार्यक्षमता असते

d] <u>वरीलसर्व</u>

237) हायड्रोलिक प्रणाली आहे

a] वायवीय प्रणालीपेक्षा कमी अचूक

b] <u>वायवीयप्रणालीपेक्षाअधिकअचूक</u>

c] हायड्रॉलिक आणि वायवीय दोन्ही प्रणाली अचूकतेच्या आधारावर समान आहेत

d] वरीलपैकी काहीही नाही

238) हायड्रोस्टॅटिक प्रणालीमध्ये शक्ती प्रसारित करण्यासाठी कोणती ऊर्जा वापरली जाते?

a] <u>दाबऊर्जा</u>

b] गतिज ऊर्जा

c] संभाव्य ऊर्जा

d] वरील सर्व

239) शक्ती प्रसारित करण्यासाठी कोणती प्रणाली गतिज ऊर्जा वापरते?

a] हायड्रोस्टॅटिक प्रणाली

b] <u>हायड्रोडायनामिकप्रणाली</u>

c] वायवीय प्रणाली

d] वरीलपैकी काहीही नाही

240) पिस्टन रॉडला लोड जोडलेले नसल्यास, पिस्टन असेंबलीची हालचाल शक्य होते जेव्हा

अ] तेल स्वतःच्या वजनावर मात करते

b] तेल पिस्टन रॉड असेंब्लीमधील घर्षणावर मात करते

क] <u>अ] आणिब] दोन्ही</u>

d] वरीलपैकी काहीही नाही

241) कोणता घटक हायड्रॉलिक सिस्टीममध्ये पिस्टन रॉडचा उच्च वेग मिळविण्यास मदत करतो?

a] घटलेले घर्षण

b] पंप क्षमता

c] वाढलेला प्रवाह दर

d] <u>वरीलसर्व</u>

242) हायड्रॉलिक सिस्टीममधील कोणत्याही ऑपरेशन दरम्यान, तेलाचा मार्ग पसंत करतो

अ] <u>कमीतकमीप्रतिकार</u>

b] कमाल प्रतिकार

क] अ] आणि ब] दोन्ही

d] वरीलपैकी काहीही नाही

243) हायड्रॉलिक सर्किटमध्ये दोन आउटलेट मार्गासह पंप प्रदान केला जातो, एक जेथे भार जोडलेला असतो आणि दुसरा जलाशयाशी] तेल प्रथम प्रवाहासाठी कोणता मार्ग निवडेल?

a] भार जोडलेल्या मार्गावर तेल वाहून जाईल

b] <u>तेलप्रथमजलाशयातपरतजाईल</u>

c] दोन्ही मार्गातून एकाच वेळी तेल वाहू लागेल

d] वरीलपैकी काहीही नाही

244) हायड्रोलिक पॉवर युनिटमध्ये खालीलपैकी कोणता ऍक्सेसरी म्हणून वापरला जातो?

a] पंप

b] झडपा

c] मोटर

ड] <u>जलाशय</u>

245) जमिनीच्या पृष्ठभागावरून इमारतीच्या वरच्या भागापर्यंत पाणी उचलण्यासाठी कोणत्या प्रकारचा पंप वापरला जातो?

a] केंद्रापसारक पंप

b] टर्बाइन पंप

c] सबमर्सिबल पंप

d] <u>वरीलसर्व</u>

246) हायड्रॉलिक ऍप्लिकेशन्समध्ये वापरलेले पंप आहेत

a] सकारात्मक विस्थापन पंप

b] परिवर्तनीय विस्थापन पंप

c] स्थिर विस्थापन पंप

d] <u>वरीलसर्व</u>

247) सकारात्मक विस्थापन पंप म्हणजे काय?

a] पंपाच्या सक्शन बाजूचे तेल पूर्णपणे डिलिव्हरीच्या बाजूने वाहते

b] डिस्चार्ज केलेले द्रवपदार्थ पंपच्या सक्शन बाजूकडे परत येऊ शकत नाही

c] प्रत्येक चक्रात द्रवपदार्थाची निश्चित मात्रा सोडते

d] वरीलसर्व

248) सकारात्मक विस्थापन पंप चालवताना,

a] शट-ऑफ वाल्व्ह डिलिव्हरीच्या बाजूने बंद केले पाहिजे

b] शट-ऑफ व्हॉल्व्ह सक्शन बाजूने बंद केले पाहिजे

c] शट-ऑफव्हॉल्व्हडिलिव्हरीच्याबाजूनेउघडलेपाहिजे

d] वरीलपैकी काहीही नाही

249) रेडियल पिस्टन पंपांच्या इनपुट पॉवरवर कार्यरत दाबाचा काय परिणाम होतो?

a] कामाचा दबाव वाढल्याने इनपुट पॉवर कमी होते

b] कामाचादाबवाढल्यानेइनपुटपॉवरवाढते

c] वेगवेगळ्या इनपुट पॉवरसाठी दबाव स्थिर राहतो

d] वरीलपैकी काहीही नाही

250) रेडियल पिस्टन पंपमध्ये असू शकते,

a] सिलेंडर ब्लॉक फिरणारा आणि कॅम स्थिर

b] सिलेंडर ब्लॉक स्थिर आणि कॅम फिरत आहे

क] अ] आणिब] दोन्ही

d] वरीलपैकी काहीही नाही

251) हायड्रोलिक सिलेंडर्सचे उशी का असतात?

a] उशीमुळे सिलेंडरचा पिस्टन कमी होतो

b] ताण आणि कंपने कमी करता येतात

क] अ] आणिब] दोन्ही

d] वरीलपैकी काहीही नाही

252) खालीलपैकी कोणते विधान सत्य आहे?

a] टाय-रॉड सिलिंडरचा वापर ७० बारच्या कामाचा दाब असलेल्या ऍप्लिकेशन्समध्ये केला जातो

b] वेल्डेड प्रकारचे सिलिंडर ७० बार पेक्षा जास्त कामाचा दाब असलेल्या प्रणालींमध्ये वापरले जातात

c] टाय-रॉड सिलिंडरचा वापर ७० बार पेक्षा जास्त कामाचा दाब असलेल्या प्रणालींमध्ये केला जाऊ शकतो

d] वरीलसर्व

253) हायड्रोलिक सिलेंडर यापैकी कोणती क्रिया करतो?

a] ढकलणे

b] उचलणे

क] अ] आणिब] दोन्ही

d] वरीलपैकी काहीही नाही

254) वेल्डेड प्रकारच्या हायड्रोलिक सिलेंडरमधील गळती रोखली जाते

a] ग्रंथीच्या आवरणातील वाइपर

b] शेवटच्या कव्हरमध्ये रॉड सील

c] ग्रंथीच्याआवरणातरॉडसील

d] वरीलपैकी काहीही नाही

255) सिंगल एक्टिंग हायड्रोलिक सिलिंडरमध्ये पिस्टन त्याच्या मूळ स्थितीत परत येतो.

a] वसंत शक्ती

b] स्वतःचे वजन

c] फ्लायव्हीलची गती

d] वरीलसर्व

256) चेक व्हॉल्व्ह हा एक प्रकार आहे

a] दाब कमी करणारा झडप

b] प्रेशर रिलीफ व्हॉल्व्ह

c] दिशात्मकनियंत्रणझडप

d] वरीलपैकी काहीही नाही

२५७) प्रेशर रिलीफ व्हॉल्व्ह असू शकतो

a] थेट ऑपरेट

b] पायलट ऑपरेट

c] solenoid ऑपरेट

d] वरीलसर्व

258) पायलट ऑपरेटेड चेक व्हॉल्व्हमध्ये उलट प्रवाह कसा शक्य आहे?

a] स्प्रिंग फोर्स चेंडू उचलतो ज्यामुळे उलट प्रवाह शक्य होतो

b] द्रवपदार्थाचादाबचेंडूउचलतोज्यामुळेउलटप्रवाहशक्यहोतो

क] अ] आणि ब] दोन्ही

d] वरीलपैकी काहीही नाही

259) प्रेशर रिलीफ व्हॉल्व्ह आणि प्रेशर रिड्युसिंग व्हॉल्व्हमध्ये काय फरक आहे?

a] दाब कमी करणारा झडप पंप आणि टाकी लाईन दरम्यान जोडलेला असतो तर प्रेशर रिलीफ व्हॉल्व्ह DCV आणि शाखा सर्किट दरम्यान जोडलेला असतो

b] प्रेशर रिलीफ व्हॉल्व्ह नेहमी उघडला जातो

c] प्रेशररिड्युसिंगव्हॉल्व्ह DCV आणिब्रँचसर्किटमध्येजोडलेलेअसतेतरप्रेशररिलीफव्हॉल्व्हपंपआणिटाकीदरम्यानजोडलेलेअसते

d] वरीलपैकी काहीही नाही

260) गॅस चार्ज्ड एक्युम्युलेटरमध्ये वापरलेले संचयक आहे

a] हायड्रॉलिक

b] वायवीय

c] hydropneumatic

d] वरीलपैकी काहीही नाही

261)प्रेशर स्विचचे कार्य काय आहे?

a] मोटर सुरू करण्यासाठी प्रेशर स्विचचा वापर केला जातो

b] प्रेशर स्विचचा वापर मोटर थांबवण्यासाठी केला जातो

c] प्रेशर स्विचचा वापर सोलेनॉइड कमी करण्यासाठी केला जातो

d] वरीलसर्व

262) वायवीय प्रणालींमध्ये वापरल्या जाणाऱ्या इंटेन्सिफायरमध्ये आउटपुट दाब असतो

a] इनपुट दाबापेक्षा कमी

b] इनपुटदाबापेक्षाजास्त

c] इनपुट दाबाप्रमाणेच

d] वरीलपैकी काहीही नाही

263) रिलीफ व्हॉल्व्ह अनलोड करण्याचे कार्य काय आहे आणि ते संचयकांसाठी ॲक्सेसरी म्हणून वापरले जाऊ शकते?

a] अनलोडिंगरिलीफव्हॉल्व्हचावापरपंपद्वारेसंचयकचार्जकरण्यासाठी केलाजातोजेव्हासंचयकदाबसेटमूल्यापेक्षाकमीहोतोआणितो ॲक्सेसरीम्हणूनवापरलाजाऊशकतो]

b] अनलोडिंग रिलीफ व्हॉल्व्हचा वापर पंपद्वारे संचयक चार्ज करण्यासाठी केला जातो जेव्हा संचयक दाब सेट मूल्यापेक्षा कमी होतो परंतु ॲक्सेसरी म्हणून वापरला जात नाही

c] अनलोडिंग रिलीफ व्हॉल्व्हचा वापर पंपद्वारे संचयक चार्ज करण्यासाठी केला जातो जेव्हा संचयक दाब सेट मूल्यापेक्षा वाढतो परंतु ॲक्सेसरी म्हणून वापरला जात नाही

d] अनलोडिंग रिलीफ व्हॉल्व्हचा वापर पंपद्वारे संचयक चार्ज करण्यासाठी केला जातो जेव्हा संचयक दाब सेट मूल्यापेक्षा वाढतो आणि ॲक्सेसरी म्हणून वापरला जातो

264) सिलेंडरचे बोअर क्षेत्र 300 सेमी 2 आणि वेग 180 सेमी/मिनिट आहे] पंपाचा प्रवाह दर मोजा

अ] ५५ लि/मिनिट

b] ५० लि/मिनिट

c] 54 l/min

d] वरीलपैकी काहीही नाही

265) सर्किटमध्ये वापरल्या जाणाऱ्या दोन पंपांसाठी सुरुवातीला जलद ऑपरेशन आणि फीडिंग

ऑपरेशन संथ गतीने केले जाते तेव्हा खालीलपैकी कोणते विधान सत्य आहे?

अ]सुरुवातीलानोकरीगाठण्यासाठी, एखादेसाधनउच्चडिस्चार्जआणिकमीदाबाच्या पंपाशीजोडलेलेअसणेआवश्यकआहे

b] सुरुवातीला नोकरी गाठण्यासाठी, कमी डिस्चार्ज आणि उच्च दाब असलेल्या पंपाशी एक साधन जोडले पाहिजे

c] फीडिंग ऑपरेशनसाठी कमी डिस्चार्ज कमी दाब पंप आवश्यक आहे

d] वरीलपैकी काहीही नाही

266) PLC च्या विविध ऑपरेशन्स काय आहेत?

a] बुलियन लॉजिक

b] वेळ

c] अंकगणित

d] वरीलसर्व

267) खालीलपैकी कोणता पंप जास्त वीज वाचवतो?

a] एकच पंप

b] दुहेरीपंप

c] सिंगल आणि डबल पंप समान प्रमाणात पॉवर वापरतात

d] वरीलपैकी काहीही नाही

268) PLC चा फायदा काय आहे?

a] त्रुटी शोधणे सोपे

b] बदली सहज करता येते

c] PLC सहजप्रोग्रामकेलेलेआहेत

d] वरील सर्व

269) हवेच्या एकक खंडातील पाण्याच्या वाफेचे वस्तुमान असे म्हणतात

a] सापेक्ष आर्द्रता

b] परिपूर्णआर्द्रता

c] संपृक्तता प्रमाण

d] वरीलपैकी काहीही नाही

270) कोणत्या झडपाला मेमरी व्हॉल्व्ह असेही म्हणतात?

a] सिंगल पायलट सिग्नल वाल्व्ह

b] दुहेरीपायलटसिग्नलवाल्व

c] रोलर लीव्हर वाल्व

d] लॉजिक व्हॉल्व्ह

271) सिग्नल हवा आणि नियंत्रण हवा यात काय फरक आहे?

अ] सिग्नलएअरअंतिमकंट्रोलव्हॉल्व्हकार्यान्वितकरतेआणिपिस्टन

रॉडच्यापुढेआणिमागेजाण्यासाठीअंतिमनियंत्रणवाल्वद्वारे सिलेंडरमध्येहवाप्रवाहनियंत्रितकरते

b] कंट्रोल एअर अंतिम कंट्रोल व्हॉल्व्ह कार्यान्वित करते आणि पिस्टन रॉडच्या पुढे आणि मागे जाण्यासाठी अंतिम नियंत्रण वाल्वद्वारे सिलेंडरमध्ये सिग्नल हवा प्रवाहित करते.

क] अ] आणि ब] दोन्ही

d] वरीलपैकी काहीही नाही

272) पिस्टन रॉडची प्रारंभिक आणि अंतिम स्थिती समजण्यासाठी खालीलपैकी कोणता वापरला जातो?

a] लीव्हर संचालित दिशा नियंत्रण वाल्व

b] मर्यादा स्विच

c] रोलर लीव्हर वाल्व

d] वरीलसर्व

273) कोणता झडप पिस्टन रॉडच्या पुढे किंवा पाठीमागच्या एका दिशेने सक्रिय होतो?

a] रोलर लीव्हर वाल्व

b] निष्क्रियरोलरलीव्हरवाल्व

क] अ] आणि ब] दोन्ही

d] वरीलपैकी काहीही नाही

274) पिस्टन रॉड मागे घेणे दर्शविण्यासाठी कोणत्या संख्यांचा वापर केला जातो?

a] सम संख्या

b] विषमसंख्या

c] सम आणि विषम दोन्ही संख्या

d] वरीलपैकी काहीही नाही

275) खालीलपैकी कोणता घटक वेळ विलंब झडपाचा आहे?

a] प्रवाह नियंत्रण झडप

b] दिशा नियंत्रण झडप

c] दोन्ही a]आणि b] d]वरीलपैकीकाहीहीनाही

d] वरीलपैकी काहीही नाही

276) खालीलपैकी कोणता प्रकार हायड्रॉलिक सिलिंडरमधील उशी आहे?

a] ट्रुनिअन कुशनिंग

b] समायोज्यउशी

c] clevis उशी

d] वरीलपैकी काहीही नाही

277) प्रॉक्सिमिटी स्विच हे लिमिट स्विचपासून वेगळे कसे केले जाते?

a] प्रॉक्सिमिटी स्विच सक्रिय होतो जेव्हा हलणारे भाग त्याच्याशी शारीरिक संपर्क साधतात

b] प्रॉक्सिमिटी स्विच सक्रिय होतो जेव्हा न हलणारे भाग शारीरिक संपर्कात असतात

c] हलणारेभागत्याच्याजवळअसतानाप्रॉक्सिमिटीस्विचसक्रियकेलाजातो

d] वरीलपैकी काहीही नाही

278) खालीलपैकी कोणते विधान सत्य आहे?

a] इलेक्ट्रोमॅग्नेटिक रिलेची अधिक किमतीत उच्च विश्वसनीयता असते

b] इलेक्ट्रोमॅग्नेटिकरिलेकमीप्रवाहआणिव्होल्टेजवापरतात, उच्चव्होल्टेजआणिवर्तमानसर्किटमध्येउघडेकिंवाजवळसंपर्कसाधतात

c] प्रेशर इलेक्ट्रिक कन्व्हर्टरला दिलेला हवेचा दाब एक संपर्क उघडतो जो विद्युत संपर्काच्या प्रवाहासाठी सर्किटला ऊर्जा देतो

d] वरील सर्व

279) कोणत्या सर्किट्समध्ये कमी व्होल्टेज आणि कमी विद्युत् प्रवाहाचा रिले उघडा किंवा जवळचा संपर्क साधण्यासाठी वापरला जातो?

a] उच्चव्होल्टेजआणिउच्चप्रवाहसर्किट

b] कमी व्होल्टेज आणि कमी करंट सर्किट

c] उच्च व्होल्टेज आणि कमी करंट सर्किट

d] कमी व्होल्टेज आणि कमी करंट सर्किट

280) इलेक्ट्रोन्यूमॅटिक सर्किट्समध्ये,

a] स्पूल सिग्नल हवेने हलवले जाते

b] स्पूल नियंत्रण हवेने हलवले जाते

c] स्पूलइलेक्ट्रोमोटिव्हफोर्सद्वारेहलविलाजातो

d] वरील सर्व

281) इलेक्ट्रोमेकॅनिकल रिले सॉलिड स्टेट रिलेपेक्षा अधिक लोकप्रिय का आहेत?

a] ते विश्वसनीय आहेत

b] कमी खर्चिक

क] अ] आणिब] दोन्ही

d] वरीलपैकी काहीही नाही

282) कोणत्या कंट्रोल व्हॉल्व्हमध्ये लोड कमी झाल्यामुळे ऊर्जेचा वापर कमी होतो?

a] पारंपारिक दिशा नियंत्रण वाल्व

b] आनुपातिकदिशानियंत्रणवाल्व

क] अ] आणि ब] दोन्ही

d] वरीलपैकी काहीही नाही

283) खालीलपैकी कोणते सर्वो व्हॉल्व्हचे वैशिष्ट्य आहे?

a] ओपन लूप सिस्टम

b] <u>बंदलूपप्रणाली</u>

c] कमी प्रदूषण

d] वरील सर्व

284) PLC म्हणजे काय?

a] प्रक्रिया तर्क नियंत्रण

b] प्रोग्राम करण्यायोग्य भाषा कनवर्टर

c] <u>प्रोग्रामेबललॉजिककंट्रोल</u>

d] प्रोग्रामेबल लॉजिक कन्व्हर्टर

285) AC सोलनॉइड कॉइल जळण्याचे कारण काय?

a] विद्युतप्रवाह धारण करणे

b] <u>गर्दीचाप्रवाह</u>

c] वर्तमान clamps

d] वरील सर्व

286) जेव्हा इलेक्ट्रिकल कनेक्शनऐवजी पीएलसी कनेक्शन वापरले जातात, तेव्हा केल्या जाणाऱ्या ऑपरेशन्सचा क्रम बदलला जाऊ शकतो

a] हार्डवायर कनेक्शन बदलणे

b] <u>कार्यक्रमाचाक्रमबदलणे</u>

क] अ] आणि ब] दोन्ही

d] वरीलपैकी काहीही नाही

287) हायड्रॉलिक सिस्टीममध्ये निर्माण होणारी उष्णता द्वारे शोषली जाऊ शकते

a] स्नेहन

b] <u>थंडकरणे</u>

c] सील करणे

d] वरील सर्व

288) खालीलपैकी कोणत्या उद्देशासाठी हायड्रॉलिक फिल्म मशीन केलेली पोकळी आणि स्पूल दरम्यान सील म्हणून काम करते?

a] <u>गळतीकमीकरण्यासाठी</u>

b] थंड करण्याच्या हेतूने

c] स्नेहन हेतूने

d] वरील सर्व

289) कंटेनरमधील द्रवपदार्थावर लावला जाणारा दाब सर्व दिशांना समान रीतीने वितरीत केला जातो आणि त्याच्यासह कार्य करतो

a] समांतर समान क्षेत्रावर समान शक्ती

b] वेगवेगळ्या क्षेत्रांवर आणि काटकोनात समान बल

c] <u>समानक्षेत्रावरआणिकाटकोनातसमानबल</u>

d] वरीलपैकी काहीही नाही

290) कोणता कायदा दबावाखाली हायड्रॉलिक द्रव्यांच्या वर्तनाचे स्पष्टीकरण देतो?

अ] चार्ल्सचा कायदा

b] न्यूटनचा नियम

c] <u>पास्कलचानियम</u>

d] वरीलपैकी काहीही नाही

291) पाईपमध्ये तेलाचा प्रवाह यामुळे होतो

a] संतुलित शक्ती

b] <u>असंतुलितशक्ती</u>

c] संतुलित आणि असंतुलित दोन्ही शक्ती

d] वरीलपैकी काहीही नाही

292) पाईप्समधील दाब कमी झाल्यामुळे उद्भवते

a] <u>घर्षणप्रतिकार</u>

b] भार

c] प्रवाह नमुना

d] वरीलपैकी काहीही नाही

293) सरळ पाईपमध्ये लॅमिनार प्रवाह कसा दर्शविला जातो?

a] उच्च कातरणे ताण प्रवाह

b] उच्च वेगाचा प्रवाह

c] <u>कमी-वेगाचाप्रवाह</u>

d] वरीलपैकी काहीही नाही

294) हायड्रॉलिक सिस्टीममध्ये वापरलेला सकारात्मक विस्थापन पंप असतो

a] <u>द्रवपदार्थांचीउच्चस्निग्धता</u>

b] कमी कार्यक्षमता

c] आवश्यक प्रमाणात द्रवपदार्थ सोडला जाऊ शकत नाही

d] वरील सर्व

295) इलेक्ट्रिक मोटरचा वेग 1200 rpm आहे आणि पंपचा आउटपुट दर 6 cc/rev आहे] पंपाचा प्रवाह दर l/min मध्ये मोजा

a] 6 l/min

b] <u>7]2 l/min</u>

c] 5 l/min

d] वरीलपैकी काहीही नाही

296) पंपाद्वारे शोषलेल्या शक्तीची गणना करा, जर त्याचा प्रवाह दर 20 cc/रेव्ह असेल आणि जेव्हा इलेक्ट्रिक मोटर 1200 rpm च्या वेगाने चालते तेव्हा जास्तीत जास्त 70 बारचा दाब विकसित होतो]

a] 1]9 kW

b] 2]8 kW

c] 2]3 kW

d] वरीलपैकी काहीही नाही

297) व्हॉल्यूमेट्रिक कार्यक्षमता हे प्रमाण आहे

a] सैद्धांतिक प्रवाह दर ते वास्तविक प्रवाह दर

b] वास्तविकप्रवाहदरतेसैद्धांतिकप्रवाहदर

c] इनपुट पॉवर पंप करण्यासाठी वास्तविक द्रव शक्ती

d] वरीलपैकी काहीही नाही

298) खालीलपैकी कोणता हायड्रोडायनामिक पंप आहे?

a] वेन पंप

b] केंद्रापसारकपंप

c] गियर पंप

d] पिस्टन पंप

299) हायड्रॉलिक सिलेंडरला उशी लावल्यावर पिस्टन रॉडचा वेग कशामुळे कमी होतो?

a] लहान जागेतून तेलाचा प्रवाह

b] प्रणालीमध्ये पाठीचा दाब तयार होतो

c] a]आणि b दोन्ही

d] वरीलपैकी काहीही नाही

300) खालीलपैकी कोणता हायड्रॉलिक सिलिंडर ॲप्लिकेशनवर आधारित आहे?

a] वेल्डेड

b] बोल्ट

c] मेंढा

d] वरील सर्व

301) एकाच सिलेंडरला तेलाचा पुरवठा बंद केल्यावर काय होते?

अ] प्रणालीवर कोणताही दबाव आणला जात नाही

b] पिस्टनवर अधिक दबाव टाकला जातो

c] पिस्टनवरकमीदाबदिलाजातो

d] वरीलपैकी काहीही नाही

302) स्प्रिंग प्रकारातील सिंगल एक्टिंग सिलिंडरमध्ये स्प्रिंगचा विस्तार आणि सिलेंडर मागे घेणे कधी होते?

a] तेलाचादाबस्प्रिंगकॉम्प्रेशनप्रेशरपेक्षाकमीअसतो

b] तेलाचा दाब स्प्रिंग कॉम्प्रेशन प्रेशरपेक्षा जास्त असतो

c] तेलाचा दाब आणि स्प्रिंग कॉम्प्रेशन प्रेशर समान आहे

d] वरीलपैकी काहीही नाही

303) दुर्बिणीच्या सिलेंडरमध्ये, टप्प्यांची संख्या वाढते म्हणून

a] पिस्टन रॉडचा व्यास देखील वाढतो

b] पिस्टनरॉडचाव्यासकमीहोतो

c] पिस्टन रॉडचा व्यास समान राहतो

d] वरीलपैकी काहीही नाही

304) ब्लीड ऑफ सर्किट्स का वापरतात?

a] हायड्रॉलिक सिलेंडरमध्ये द्रवपदार्थाचा प्रवाह प्रतिबंधित करण्यासाठी ब्लीड ऑफ सर्किटचा वापर केला जातो

b] हायड्रॉलिक सिलेंडरमधून द्रवपदार्थाचा प्रवाह प्रतिबंधित करण्यासाठी ब्लीड ऑफ सर्किटचा वापर केला जातो

c] ॲक्ट्युएटरचावेगकमीकरण्यासाठीब्लीडऑफसर्किट्सचावापरकेलाजातो

d] वरील सर्व

305) ब्लीड ऑफ सर्किट्ससाठी खालीलपैकी कोणते लागू आहे?

a] रक्तस्त्राव सर्किट्समुळे प्रणालीमध्ये उष्णता निर्माण होते

b] प्रतिरोधकभारांसाठीब्लीडऑफसर्किट्सवापरतात

c] रनअवे लोडसाठी ब्लीड ऑफ सर्किट्स वापरतात

d] वरील सर्व

306) हायड्रॉलिक सर्किट्समध्ये वापरल्या जाणार्‍या सीक्वेन्स व्हॉल्व्हचे कार्य काय आहे?

a] सेटप्रेशरगाठल्यानंतरएकामागूनएकऑपरेशन्सकरण्यासाठीअनुक्रमवाल्वचावापरकेलाजातो

b] सेट प्रेशर गाठण्याआधी सतत अनेक ऑपरेशन्स करण्यासाठी सीक्वेन्स व्हॉल्व्हचा वापर केला जातो

c] सेट प्रेशर ऑइलपर्यंत पोहोचल्यानंतर अनुक्रम वाल्व टाकीमध्ये उडवले जातात

d] वरील सर्व

307) दाब कमी करणारा वाल्व कधी वापरला जातो?

a] जेव्हा सिस्टम प्रेशरपेक्षा जास्त दाब आवश्यक असतो तेव्हा त्याचा वापर केला जातो

b] जेव्हासिस्टमप्रेशरपेक्षाकमीदाबआवश्यकअसतोतेव्हात्याचावापरकेलाजातो

c] जेव्हा पूर्णपणे शून्य दाब आवश्यक असतो

d] वरील सर्व

308) सोलनॉइडमध्ये मजबूत चुंबकीय क्षेत्र कसे प्राप्त होते?

a] कॉइल कंडक्टर म्हणून काम करत असल्यास, सोलेनॉइडमध्ये मजबूत चुंबकीय क्षेत्र प्राप्त होते

b] गुंडाळी लोखंडी चौकटीने वेढलेली असते

c] कॉइलच्या मध्यभागी लोखंडी कोर ठेवला जातो

d] वरीलसर्व

309) वायवीय प्रणालींमध्ये सोलेनोइड्सची DC श्रेणी किती आहे?

a] 12 V आणि 24 V

b] 110 V आणि 220 V

क] अ] आणि ब] दोन्ही

d] वरीलपैकी काहीही नाही

310) शिडीच्या आकृतीवर खालीलपैकी कोणते आउटपुट उपकरण वापरले जाते?

a] प्रॉक्सिमिटी सेन्सर

b] डिटेंट स्विच

c] रिले

d] वरील सर्व

311) शिडीच्या आकृतीवरील आऊटपुट उपकरण द्वारे दर्शविले जाते

a] चौरस

b] वर्तुळ

c] आयत

d] अर्धवर्तुळ

312) स्मृतीशास्त्र निर्देशांमध्ये, LDI मध्ये I काय सूचित करते?

a] स्विच साधारणपणे उघडा असतो

b] स्विचसाधारणपणेबंदअसतो

c] ते दुसऱ्या स्विचचे कार्य दर्शवते

d] वरीलपैकी काहीही नाही

313) औद्योगिक अनुप्रयोगांमध्ये हायड्रॉलिक द्रवपदार्थांमध्ये स्निग्धता ग्रेड असते.

अ] 20 ते 50

b] 70 ते 95

c] 46 ते 68

ड] 15 ते 44

314) उच्च स्निग्धता द्रव आहेत

a] कमी दाबाची घसरण

b] कमी वीज वापर

c] धीमेऑपरेशन

d] वरील सर्व

315) व्हिस्कोसिटी इंडेक्स म्हणजे काय?

a] चिकटपणातील बदलांवर दबावाचा प्रभाव

b] चिकटपणातीलबदलांवरतापमानाचाप्रभाव

c] दोन पृष्ठभागांमधील प्रतिकाराचा प्रभाव

d] वरीलपैकी काहीही नाही

316) पाण्यात मिसळल्यावर द्रवाचे वर्तन कोणते गुणधर्म ठरवते?

a] ओतणे बिंदू

b] demulsibility

c] स्निग्धता

d] ऑक्सीकरण

317) हायड्रॉलिक सिस्टीममधील कोणत्याही ऑपरेशनसाठी द्रवपदार्थाचा ओतणे बिंदू असणे आवश्यक आहे

a] सर्वात कमी तापमानापेक्षा 20 0F खाली

b] सर्वातकमीतापमानापेक्षा 20 0F वर

c] सर्वात कमी तापमानापेक्षा 20 0C

d] सर्वात कमी तापमानापेक्षा 20 0C वर

318)पेट्रोलियम आधारित द्रवपदार्थांचे नुकसान काय आहे?

a] कमीफ्लॅशपॉइंट

b] कमी घनता

c] हलके वजन

d] वरील सर्व

319) उच्च जल द्रव (HFA) मधील पाण्याचे प्रमाण तेल सामग्रीच्या तुलनेत कसे आहे?

a] पाण्यापेक्षाजास्ततेल

b] तेल आणि पाणी समान प्रमाणात आहेत

c] तेलापेक्षा जास्त पाणी

d] मध्ये फक्त पाणी असते

320) हायड्रॉलिक सिस्टीममध्ये वापरलेला द्रव असावा

a] कमी ऑक्सिडेशन प्रतिरोध

b] उच्च ऑक्सिडेशन प्रतिरोध

c] उच्चऑक्सिडेशनवाढविण्याचीक्षमता

d] वरीलपैकी काहीही नाही

321) कोणत्या दाबाने, हायड्रॉलिक सिस्टीममध्ये वापरले जाणारे पेट्रोलियम तेल 1/ 2% संकुचित होते?

a] 70 बार

b] 40 बार

c] 30 बार

ड] 95 बार

322) पाणी ग्लायकॉलचे तापमान आणि विशिष्ट वजन यांचा काय संबंध आहे?

a] तापमानवाढतेम्हणूनविशिष्टवजनकमीहोते

b] तापमान वाढते म्हणून विशिष्ट वजन वाढते

c] तापमान आणि विशिष्ट वजन रेखीय बदलते

d] वरीलपैकी काहीही नाही

323) हायड्रॉलिक तेलासाठी तापमान आणि चिकटपणा यांचा काय संबंध आहे?

a] तापमानआणिस्निग्धतारेखीयबदलते

b] तापमान कमी झाल्यामुळे वातावरणाच्या दाबाने स्निग्धता कमी होते

c] तापमान वाढल्याने वातावरणाच्या दाबाने स्निग्धता कमी होते

d] वरीलपैकी काहीही नाही

324) जास्त पाण्यातील द्रवपदार्थ असतात

a] पाण्याततेल

b] तेलात पाणी

c] फक्त पाणी

d] वरीलपैकी काहीही नाही

325) जास्त पाण्याच्या द्रवाची स्निग्धता असते

a] पाण्यापेक्षामोठा

b] पाण्यापेक्षा कमी

c] जवळचे पाणी

d] वरीलपैकी काहीही नाही

326) पाण्यातील ग्लायकोल द्रवपदार्थांमध्ये ऍडिटीव्ह जोडल्याने सुधारणा होते

a] ज्वलनशीलता

b] स्निग्धता

c] ऑक्सीकरण

d] वरील सर्व

327) अशांत प्रवाहाचे वैशिष्ट्य काय आहे?

a] उच्च वेग

b] कणांच्याप्रवाहाचीआणिहालचालीचीदिशासमानआहे

c] क्रॉस सेक्शनमधील बदल प्रवाहावर परिणाम करत नाही

d] वरील सर्व

328) पाईपचा क्रॉस सेक्शन बदलल्यावर कोणता प्रवाह पॅटर्न प्रभावित होतो?

अ] लॅमिनारप्रवाह

b] अशांत प्रवाह

c] लॅमिनार आणि अशांत

d] वरीलपैकी काहीही नाही

329) अॅक्ट्युएटरच्या वेगावर परिणाम होतो

a] छिद्राचे क्रॉस-सेक्शन क्षेत्र

b] प्रवाहाचा वेग

c] पाईपव्यास

d] वरील सर्व

330) बर्नौलीच्या तत्त्वाचा वापर यापैकी कोणत्या अनुप्रयोगात केला जातो?

a] ब्लोअरची रचना

b] विमानाच्यापंखांचीरचना

c] प्रोपेलरची रचना

d] वरील सर्व

331) प्रणालीमध्ये हायड्रॉलिक तेलाने विकसित केलेली एकूण ऊर्जा अशी दिली आहे

अ] एकूण ऊर्जा = (संभाव्य ऊर्जा + दाब ऊर्जा)

b] एकूण ऊर्जा = (संभाव्य ऊर्जा + गतिज ऊर्जा)

c] एकूण ऊर्जा = (संभाव्य ऊर्जा - गतिज ऊर्जा)

d] वरीलपैकीकाहीहीनाही

332) जर पंपाने वाल्वला जास्त प्रवाह दर दिला तर, वाल्वमध्ये दाब कमी होतो

a] वाढते

b] कमीहोते

c] तसेच राहते

d] वरीलपैकी काहीही नाही

333) रेनॉल्ड्स क्रमांक (?vd) / μ मध्ये, μ हे अक्षर सूचित करते

a] किनेमॅटिक स्निग्धता

b] परिपूर्णस्निग्धता

c] घर्षण गुणांक

d] वरीलपैकी काहीही नाही

334) जडत्व बल आणि चिकटपणाचे गुणोत्तर म्हणून ओळखले जाते

अ] बायोट क्रमांक

b] रेनॉल्डक्रमांक

c] कॉची संख्या

ड] यूलर क्रमांक

335) लॅमिनार प्रवाहासाठी रेनॉल्ड्स क्रमांक आहे

अ] 2800 पेक्षा जास्त

b] 2000 पेक्षाजास्त

c] 2000 पेक्षा कमी

ड] 2000 ते 2800 दरम्यान]

336) पाईपचा व्यास 0]2 मीटर असतो ज्यामध्ये द्रव 0]3 m3/s च्या वेगाने वाहतो] रेनॉल्ड्स क्रमांकाची गणना करून प्रवाह लॅमिनार आहे की अशांत आहे हे निर्धारित करा] किनेमॅटिक व्हिस्कोसिटी = 0]5 × 10 गृहीत धरा -4 m2 /s]

अ] रेनॉल्ड्स क्रमांक १२०० असलेला प्रवाह लॅमिनार आहे

b] रेनॉल्ड्स क्रमांक 2100 असलेला प्रवाह अशांत आहे

c] रेनॉल्ड्सक्रमांक 2200 असलेलाप्रवाहलॅमिनारआहे

d] प्रवाह लॅमिनार किंवा अशांत नाही

337) अंतर्गत गियर पंपचा फायदा काय आहे?

a] मध्यमगती

b] मध्यम दाब

c] उच्च स्निग्धता असलेले द्रव वापरले जाऊ शकतात

d] वरील सर्व

338) कोणत्या आतील घटकाच्या रोटेशनमुळे सेंट्रीफ्यूगल पंपमध्ये द्रव बाहेर पंप होतो?

अ] अंतर्गत गियर

b] इंपेलरचे फिरणे

c] सिलेंडररोटर

d] वरीलपैकी काहीही नाही

३३९) रोटर स्लॅट्समधून वेन्स कोणत्या बलाने बाहेर पडतात?

a] केंद्राभिमुख बल

b] केंद्रापसारकशक्ती

c] घर्षण बल

d] वरीलपैकी काहीही नाही

340) खालीलपैकी कोणते विधान सत्य आहे?

अ] रोटरसह स्टेटरचे संयोजन कार्ट्रिज युनिट म्हणून ओळखले जाते

b] स्टेटरआणिवेन्सचेसंयोजनकार्ट्रिजयुनिटम्हणूनओळखलेजाते

c] रोटरचे वेन्ससह संयोजन कार्ट्रिज युनिट म्हणून ओळखले जाते

d] वरीलपैकी काहीही नाही

341) लवचिक वेन पंपचा फायदा काय आहे?

a] ते मोठ्या आकाराचे घन पदार्थ हाताळू शकतात

ब] ते चांगले व्हॅक्यूम तयार करू शकतात

c] a]आणि b] दोन्ही

d] वरीलपैकी काहीही नाही

342) कार्ट्रिज किट विविध आकाराचे पंपिंग चेंबर तयार करतात, जे

a] प्रवाह दर वाढवा

b] प्रवाहदरकमीकरा

c] प्रवाह दर वाढवणे आणि कमी करणे

d] वरीलपैकी काहीही नाही

343) वेन पंपसाठी खालीलपैकी कोणते विधान चुकीचे आहे?

अ] वेन टिप्स आणि कॅम रिंग यांच्यातील सतत संपर्कामुळे संपर्क पृष्ठभागावर पोशाख होतो

b] एकाच वेन पंपमध्ये वेगवेगळ्या आकाराचे कार्ट्रिज किट बदलले जाऊ शकतात

c] असंतुलितशक्तीकमीकरण्यासाठीलंबवर्तुळाकारकॅमरिंगगोलकॅमरिंगनेबदललीआहे

d] वरीलपैकी काहीही नाही

344) संतुलित वेन पंप तयार केले आहेत

a] निश्चित विस्थापन

b] परिवर्तनीय विस्थापन

c] स्थिरआणिपरिवर्तनीयविस्थापनदोन्ही

d] वरीलपैकी काहीही नाही

345) असंतुलित वेन पंपची कॅम रिंग आहे

a] गोल

b] लंबवर्तुळाकार

क] अ] आणि ब] दोन्ही

d] वरीलपैकी काहीही नाही

346) गियर पंपमध्ये कोणत्या प्रकारचे विस्थापन दिसून येते?

अ] केवळ परिवर्तनीय विस्थापन

b] फक्त निश्चित विस्थापन

c] स्थिरआणिपरिवर्तनीयविस्थापनदोन्ही

d] वरीलपैकी काहीही नाही

347) गीअर पंपमध्ये ऑपरेशनचे तत्त्व काय वापरले जाते?

a] दोन गीअर्स एकाच दिशेने फिरतात

b] दोनगीअर्सविरुद्धदिशेनेफिरतात

क] अ] आणि ब] दोन्ही

d] वरीलपैकी काहीही नाही

348) गियर पंपमध्ये द्रवपदार्थाचे शोषण कशामुळे होते?

a] जेव्हा सक्शन बाजूने दात काढताना दाब कमी होतो

b] जेव्हासक्शनबाजूलादातकाढूनटाकतानादबाववाढतो

c] जेव्हा सक्शन बाजूला दात गुंतवताना दाब कमी होतो

ड] जेव्हा सक्शन बाजूला दात गुंतवताना दबाव वाढतो

349) गियर पंपमध्ये द्रवपदार्थाचा सुरळीत आणि सतत स्त्राव कसा साधला जातो?

a] दातांचीवाढतीसंख्या

b] दातांची संख्या कमी होणे

c] वरीलपैकी काहीही नाही

ड] वरील सर्व

350) अंतर्गत गियर पंप मध्ये गीअर्सचे रोटेशन मध्ये होते

a] समान दिशा

b] भिन्न दिशा

c] वरीलपैकीकाहीहीनाही

ड] वरील सर्व

351) अंतर्गत गियर पंपमध्ये द्रव कसा वाहतो?

a] द्रवपदार्थरोटरच्यादरम्यानसक्शनबाजूमध्येप्रवेशकरतो, जोएकमोठाबाह्यगीअरआहेआणिआयडलरजोएकलहानअंतर्गतगियरआहे

b] द्रवपदार्थ रोटरच्या दरम्यान सक्शन बाजूमध्ये प्रवेश करतो, जो एक लहान बाह्य गीअर आहे आणि आयडलर जो मोठा आतील गियर आहे

c] रोटर आणि आयडलर यांच्यातील सक्शन बाजूमध्ये द्रव प्रवेश करतो जे वेगवेगळ्या दिशेने फिरतात

d] वरीलपैकी काहीही नाही

352) अंतर्गत गियर पंप मध्ये अंतर्गत गळती कशामुळे होते?

a] जाळीदारपृष्ठभागांमधीलकमीसहनशीलतापातळी

b] जाळीदार पृष्ठभागांमधील अधिक सहनशीलता पातळी

c] जाळीदार पृष्ठभागांमध्ये सहनशीलता नाही

d] वरीलपैकी काहीही नाही

353) गियर पंपसाठी दाब आणि एकूण कार्यक्षमता यांचा काय संबंध आहे?

a] दबाव वाढला की एकूण कार्यक्षमता कमी होते

b] दबाववाढलाकीएकूणकार्यक्षमतावाढते

c] एकूण कार्यक्षमतेवर दबावातील बदलाचा परिणाम होत नाही

ड] सांगू शकत नाही

354) खालीलपैकी कोणते विधान मानक हायड्रॉलिक सिलेंडर आणि टेलिस्कोपिक सिलेंडरसाठी खरे आहे?

a] टेलिस्कोपिकआणिमानकसिलिंडरसमानस्ट्रोकलांबीदेतात

b] टेलिस्कोपिक सिलिंडर मानक सिलेंडरपेक्षा कमी स्ट्रोक लांबी देतात

c] टेलिस्कोपिक सिलिंडर मानक सिलेंडरपेक्षा जास्त स्ट्रोक लांबी देतात

d] वरीलपैकी काहीही नाही

355) टेलिस्कोपिक सिलेंडर असतात

अ] फक्त दोन स्टेज युनिट्स

b] फक्त तीन स्टेज युनिट्स

c] दोनकिंवातीनस्टेजयुनिट्स

ड] मल्टीस्टेज युनिट्स

356) कोणत्या प्रकारच्या हायड्रोलिक सिलिंडरमध्ये एक पिस्टन पिस्टन रॉडला जोडलेला असतो सिलेंडरच्या दोन्ही बाजूंनी वाढलेला असतो?

a] टेलिस्कोपिक सिलेंडर

b] टँडम सिलेंडर

क] अ] आणि ब] दोन्ही

d] वरीलपैकीकाहीहीनाही

357) कोणता घटक हायड्रोलिक सिलिंडरचा कामाचा दाब ठरवतो?

a] वर्तुळाकार बाहेरील कडाचा व्यास

b] सिलेंडरचाबोरव्यास

c] स्ट्रोक लांबी

d] वरील सर्व

358) हायड्रोलिक सिलेंडरमधील पिस्टन रॉडचा व्यास निवडताना कोणता घटक विचारात घेतला जातो?

a] बोर व्यास

b] स्ट्रोकचीलांबी

c] भार

d] वरील सर्व

359) हायड्रॉलिक सिलिंडरच्या कोणत्या टोकावर नर क्लीव्हस बसवले जाते?

a] टोपी शेवट

b] रॉड शेवट

क] अ] आणि ब] दोन्ही

d] वरीलपैकीकाहीहीनाही

360) हायड्रोलिक सिलिंडरमध्ये माउंटिंगसाठी खालीलपैकी कोणते वापरले जाते?

अ] मादी चीड

b] वर्तुळाकार बाहेरील कडा

c] ट्रुनिअन

d] वरील सर्व

361) सिलिंडरला अगदी टोकाला उशी लावल्यावर पिस्टनच्या गतीवर कुशनिंगचा कसा परिणाम होतो?

a] कुशनिंगमुळे सिलेंडरच्या टोकाच्या टोकांजवळील पिस्टनचा वेग कमी होतो

b] उशीमुळे सिलेंडरच्या टोकाला असलेल्या पिस्टनचा वेग वाढतो

c] कुशनिंगमुळे सिलेंडरमधील स्ट्रोकच्या सुरुवातीला पिस्टनचा वेग वाढतो

ड] कुशनिंगमुळेसिलेंडरमधीलस्ट्रोकच्यासुरुवातीलापिस्टनचावेगकमीहोतो

362) समायोज्य प्रकारच्या कुशनिंगमध्ये,

a] पिस्टनरॉडअतिशयमंदगतीनेहलवतायेतो

b] पिस्टन रॉड वाढत्या वेगाने हलवता येतो

क] अ] आणि ब] दोन्ही

d] वरीलपैकी काहीही नाही

363) व्हॉल्व्हमध्ये डोके कमी होणे मोजण्यासाठी कोणते सूत्र वापरले जाते?

a] K2 (v / 2 g)

b] K (v / 2 g)

c] K (v2 / 2 g)

d] वरीलपैकी काहीही नाही

364) वेन पंप आणि रेडियल पिस्टन पंप मध्ये काय फरक आहे?

a] रेडियल पिस्टन पंपमध्ये, वेन पंपमधील रेडियल स्लॉट रेडियल बोअर्सने बदलले जातात ज्यामध्ये पिस्टन सामावून घेतात

b] रेडियल पिस्टन पंपमध्ये, वेन पंपमधील रेडियल स्लॉट्स रेडियल बोअर्सने बदलले जातात जे स्वॅश प्लेट सामावून घेतात

c] रेडियलपिस्टनपंपमध्ये, वेनपंपमधीलरेडियलस्लॉट्सरेडियलबोअर्सने बदललेजातातज्यामध्येस्वॅशप्लेटआणिपिस्टनदोन्हीसामावूनघेतलेजातात.

d] वरीलपैकी काहीही नाही

365) एका पिस्टन पंपाला तेल सोडण्यासाठी किती स्ट्रोक लागतात?

a] एकझटका

b] दोन स्ट्रोक

c] तीन स्ट्रोक

d] वरीलपैकी काहीही नाही

३६६) पिस्टन पंपामध्ये पिस्टनची व्यवस्था कशी असते?

a] अक्षीय

b] त्रिज्यात्मक

क] अ] आणि ब] दोन्ही

d] वरीलपैकी काहीही नाही

367) यापैकी कोणत्या पंपामध्ये, स्वॅश प्लेटचा वापर शाफ्टच्या फिरत्या गतीला परस्पर गतीमध्ये अनुवादित करण्यासाठी केला जातो?

a] रेडियल पिस्टन पंप

b] अक्षीय पिस्टन पंप

c] वाकलेलाअक्षपिस्टनपंप

d] वरील सर्व

368) अक्षीय पिस्टन पंप डिझाइन करताना कोणत्या घटकांचा विचार केला जातो?

a] स्वॅश प्लेटचा वापर

b] ओपनलूपकिंवाबंदलूपसर्किटमध्येअर्ज

c] वाकलेल्या अक्ष पिस्टन पंपची रचना

d] वरील सर्व

369) अक्षीय पिस्टन पंपमधील स्वॅश प्लेटचा कोन द्वारे समायोजित केला जातो

a] नुकसान भरपाई देणारा

b] जू

क] अ] आणि ब] दोन्ही

d] वरीलपैकीकाहीहीनाही

370) अक्षीय पिस्टन पंपमध्ये, योक सिलेंडर ब्लॉकपासून दूर ढकलले जाते ज्यामुळे,

a] योक कोन वाढतो

b] स्वॅश प्लेटचा कोन कमी होतो

क] अ] आणिब] दोन्ही

d] वरीलपैकी काहीही नाही

371) जेव्हा स्वॅश प्लेटचा कोन कमी होतो

a] प्रवाहदरवाढतो

b] प्रवाह दर कमी होतो

c] प्रवाह दर स्वॅश प्लेटच्या कोनावर अवलंबून नाही

d] वरीलपैकी काहीही नाही

372) जेव्हा स्वॅश प्लेटचा कोन शून्य असेल तेव्हा अक्षीय पिस्टन पंपमध्ये तेलाचा डिस्चार्ज किती असेल?

a] तेलाचा विसर्जन जास्तीत जास्त आहे

b] तेलाचाविसर्जनकमीतकमीआहे

c] तेलाचा स्त्राव होत नाही

d] वरीलपैकी काहीही नाही

373) वाकलेला अक्ष पिस्टन पंप आहे

a] पंपअक्षवाकलेला

b] सिलेंडर ब्लॉक जो ड्राइव्ह शाफ्टच्या कोनात कललेला असतो

क] अ] आणि ब] दोन्ही

d] वरीलपैकी काहीही नाही

374) यापैकी कोणत्या पंपामध्ये सिलेंडर ब्लॉकने स्वॅश प्लेट बदलली जाते?

a] वाकलेला अक्ष पिस्टन पंप

b] रेडियलपिस्टनपंप

c] अक्षीय पिस्टन पंप

d] वरीलपैकी काहीही नाही

375) फ्लँज आणि सिलेंडर ब्लॉकमधील अंतर बदलल्यास काय होते?

अ] पिस्टनविस्थापनभिन्नअसूशकतनाही

b] द्रवाचा परिवर्तनीय प्रवाह दर मिळवता येतो

c] निश्चित प्रवाह दर मिळवता येतो

d] वरील सर्व

376) सिलेंडर ब्लॉक आणि शाफ्ट अक्ष मधील कमाल कोन किती आहे?

a] 30o

b] 50o

c] 45o

d] वरील सर्व

377) पिस्टन धारण केल्याने योक आणि सिलेंडर ब्लॉकमधील कोन जास्तीत जास्त कधी ठेवतो?

a] जेव्हासेटदाबलोडदाबापेक्षाजास्तअसतो

b] जेव्हा सेट दाब लोड दाबापेक्षा कमी असतो

c] जेव्हा सेट दाब आणि लोड दाब समान असतात

d] वरील सर्व

378) कमी-टॉर्क हाय-स्पीड मोटर्स वापरल्या जातात

a] क्रेन

b] winches

c] चाहते

d] वरील सर्व

379) सतत कमी वेगाने फिरण्यासाठी कोणत्या मोटरच्या वापरामुळे जास्त भार पडतो?

a] कमी-टॉर्क हाय-स्पीड मोटर्स

b] हाय-टॉर्क लो-स्पीड मोटर्स

क] <u>अ] आणिब] दोन्ही</u>

d] वरीलपैकी काहीही नाही

380) हाय स्पीड ऍप्लिकेशन्समध्ये वापरल्या जाणाऱ्या मोटर्स आहेत

a] उच्च गतीसह उच्च टॉर्क

b] <u>उच्चगतीसहकमीटॉर्क</u>

c] कमी गतीसह उच्च टॉर्क

d] वरीलपैकी काहीही नाही

381) खालीलपैकी कोणता प्रकार कमी-टॉर्क हाय-स्पीड मोटर आहे?

a] रेडियल पिस्टन मोटर्स

b] <u>अक्षीयपिस्टनमोटर्स</u>

c] वाकलेली अक्ष मोटर

d] गियर मोटर

382) कॅम लोब हायड्रोलिक मोटर हा एक प्रकार आहे

a] अक्षीय हायड्रॉलिक मोटर

b] ऑर्बिट हायड्रोलिक मोटर

c] गियर हायड्रॉलिक मोटर

d] <u>रेडियलहायड्रॉलिकमोटर</u>

औद्योगिक प्रशिक्षण संस्था

मासिक चाचणी-1, गुण- 20, तारीखः- ______________

(प्रत्येक प्रश्नाला दोन गुण असतात)

8] जिग बुश तयार करण्यासाठी धातू...?

अ] सौम्य पोलाद

ब] कास्ट लोह

क] कास्ट स्टील

ड] टूल स्टील

9] खालील झुडूप दिल्यास अक्षय बुशिंग शोधण्यासाठी कोणती बसिंग वापरली जाते?

अ] दाबा फिट बुशिंग

ब] रेखीय बुशिंग

क] विशेष बुशिंग

ड] knurd बुशिंग

10] जिगमध्ये सहनशीलता असते..?

अ] नोकरी सहिष्णुता पाच उपस्थित

ब] नोकरी सहनशीलता दहा टक्के

C] 20% ते 50% नोकरी सहनशीलता

ड] 100% नोकरी सहनशीलता

11] बोअरच्या स्थानासाठी कोणत्या जिगचा वापर केला जातो?

अ] प्लेट जिग

ब] घन जिग

क] पोस्ट जिग

ड] बॉक्स जिग

12] कोणत्या जिगमध्ये ड्रिल प्लेट असते?

अ] घन जिग

ब] प्लेट जिग

क] बॉक्स जिग

ड] टेबल जिग

13] अंतर्गत व्यास स्थानासाठी खालील लोकेटर वापरला जातो?

अ] घन सपोर्ट्स

ब] पिन प्रकार लोकेटर

क] वी लोकेटर

ड] नेस्ट लोकेटर

14] Drm जिग बुशिंग-सामान्यत: ------------ कठोर केले जातात.

अ] सौम्य पोलाद

ब] कास्ट लोह

क] कास्ट स्टील

ड] तोई स्टील

15] जिग्स हे उपकरण आहे जे --------------

अ] कामाचा भाग शोधा

ब] कामाचा तुकडा पकडणे आणि आधार देणे

क] कटिंग टूलचे मार्गदर्शन करा

ड] वरील सर्व करतो

16] खालीलपैकी कोणत्या जिगचा वापर बोअरमधून फोलोकेशनसाठी केला जातो?

अ] प्लेट जिग

ब] घन जिग

क] पोस्ट जिग

ड] पेटी जिग

17] फिक्स्चर हे उत्पादन उपकरण आहे जे -----------]

अ] वर्क पीस धरतो आणि शोधतो

ब] तुकडा धरतो

क] कामाच्या तुकड्याशी गप्पा मारणे,

D] धारण किंवा]कामाचा भाग शोधत नाही

औद्योगिक प्रशिक्षण संस्था

मासिक चाचणी-2, गुण- 20, तारीखः- _______________

(प्रत्येक प्रश्नाला दोन गुण असतात)

18] खालीलपैकी कोणते साधन साधनाचे मार्गदर्शन करण्यासाठी आणि मोठ्या प्रमाणावर उत्पादनात काम ठेवण्यासाठी वापरले जाते? '

अ] गेज]

ब] गृहनिर्माण

क] स्थिरता

ड] जिग

19] ड्रिल जिगमध्ये प्रोई/आयडिंग बुशिंगचा उद्देश खालीलपैकी कोणता आहे?

अ] अचूकपणे शोधण्यासाठी आणि अचूक ड्रिलिंग ऑपरेशनसाठी ड्रिलचे मार्गदर्शन करण्यासाठी

ब] ड्रिल करायच्या छिद्राचा आकार निश्चित करण्यासाठी

क] सुलभ ड्रिलिंगसाठी

ड] ड्रिल केलेल्या छिद्रांमध्ये चांगला तयार पृष्ठभाग मिळविण्यासाठी

20] ड्रिल जिग कशासाठी वापरतात? _

अ] फक्त ड्रिल ऑपरेशन्स]

ब] ड्रिलिंगसाठी काम क्लॅम्पिंग

क] ड्रिलिंग, रीमिंग, टॅपिंग आणि इतर ऑपरेशन्स

ड] केवळ साधनांचे मार्गदर्शन करणे

21] खालीलपैकी कोणत्या जिगमध्ये ड्रिल प्लेट असते, जी ड्रिल करण्याच्या घटकावर असते?

अ] घन जिग

ब] प्लेट जिग

क] बॉक्स जिग

ड] ड्रुनिअन जिग

22] जिग हे एक उपकरण आहे जे -----------

अ] कामाचा भाग शोधतो]

ब] वर्क पीस आणि गाईड टूलला धरून सपोर्ट करते

क] कटिंग टूलचे मार्गदर्शन करते

डी] कटिंग टूल धरा]

23] ड्रिल जिग .... साठी वापरतात.

अ] ड्रिलिंग, रीमिंग, टॅपिंग आणि इतर संबंधित ऑपरेशन्स

ब] फक्त ड्रिलिंग ऑपरेशन्स

क] ड्रिलिंग करताना जॉब क्लॅम्पिंग

ड] केवळ साधनाचे मार्गदर्शन करणे

24] फिक्स्चर हे उत्पादन उपकरण आहे जे---------: -----

अ] वर्क पीस धरतो '

ब] कामाचा भाग शोधा

C] कामाचा तुकडा धरतो आणि शोधतो

D] कामाचा तुकडा धरत नाही किंवा शोधत नाही

25] बॉक्स जिगचा उद्देश आहे

अ] नोकरी धरा आणि अंतर्गत धागे तयार करण्यासाठी साधनाचे मार्गदर्शन करा

ब] अनेक कलते छिद्रे निर्माण करणे

क] अनेक सरळ छिद्रे निर्माण करणे

ड] यापैकी नाही

26] जिग्स आणि फिक्स्चर हे --------]

अ] मशीनिंग टूल्स

ब] अचूक साधने

क] दोन्ही (अ] आणि (ब]

ड] यापैकी नाही

27] 'फिक्श्चरच्या तुलनेत जिग वजनाच्या बाबतीत किती आहेत?

अ] जिग्स फिक्स्चरपेक्षा हलके असतात

ब] जिग्स फिक्स्चरपेक्षा जड असतात

C] जिग्स समान ऑपरेशनसाठी फिक्स्चरच्या वजनात समान असतात

ड] यापैकी नाही

औद्योगिक प्रशिक्षण संस्था

मासिक चाचणी-३, गुण- २०, तारीख:- ________________

(प्रत्येक प्रश्नाला दोन गुण असतात)

28] मशिनिंग पार्ट्ससाठी कोणते फिक्स्चर वापरले जातात जे आवश्यक मशीनचे तपशील समान अंतरावर असतात?

अ] प्रोफाइल फिक्स्चर

ब] डुप्लेक्स फिक्स्चर

क] अनुक्रमणिका फिक्स्चर

ड] यापैकी नाही

29]हँड लेव्हल शीअरच्या वरच्या ब्लेडच्या चाकूच्या कटिंग एजचे प्रोफाइल काय आहे?

अ] वक्र

ब] सरळ

क] कललेला

ड] बेव्हल

105] सीएनसी प्रोग्राममध्ये वर्कपीस बदलण्यासाठी कोणते विविध फंक्शन वापरले जाते

A] M30

ब] M60

C] M68

ड] M78

106] मशीन ... सीएनसी मशीनवर शून्य ऑफ-सेटिंगसाठी आहे.

A] MDI मोडमध्ये

ब] जॉग मोडमध्ये

C] स्वयंचलित मोडमध्ये

ड] वर्तमान मोडमध्ये

107] NC मशीनवरील फीड दर ......कोड द्वारे दर्शविला जातो.

अ] एक्स

ब] य

क] एफ

ड] झेड

108] अक्षाची स्थिती.......कोड द्वारे दर्शविली जाते.

अ] X, Y, Z

B] P, Q, R

क] अ, ब, क

D] M, N, O

109] CNC ड्रिलिंग मशीन चालू आहे ....Axis Programmed.

अ] दोन अक्ष

ब] तीन अक्ष

क] चार अक्ष

ड] सहा अक्ष

110] ....युनिट कडून CNC च्या कंट्रोल युनिटमध्ये सूचना गोळा करा

अ] यंत्र साधन

ब] सूचना

क] चुंबकीय पेटी

ड] स्मृती

111] NC मशीनची टेप तयार करण्यासाठी -----------कोड वापरला जातो.

अ] EIA कोड

ब] ISO कोड

C] ASC कोड

ड] त्यापैकी एकही नाही.

112] सीएनसी मशीन कन्व्हेन्शन मशीनपेक्षा अधिक अचूक उत्पादन देते, परंतु ते अधिक

महाग आहे कारण.

अ] यात एसी केबिन आहे

ब] यात डस्ट प्रूफ केबिन आहे

क] याचा पाया मजबूत आहे

ड] त्यात अधिक जागा आहे

औद्योगिक प्रशिक्षण संस्था

मासिक चाचणी-4, गुण- 20, तारीखः- _______________

(प्रत्येक प्रश्नाला दोन गुण असतात)

113] सीएनसी मशीन डिजिटल लाईनवर ग्राफिकल बेस बिंदूवर काम करत आहे, डिजिटल पॉइंट्स कॉल ....

अ] आलेख

ब] इनपुट मीडिया

क] समन्वय

ड] मूळ मुद्दा

114] अनुदैर्ध्य फीडसाठी CNC मशीनवर.......अक्ष, क्रॉस फीड......अक्ष आणि उभ्या फीडसाठी........अक्ष नाव दिलेले आहे.

अ] अ, ब, क

ब] X,Y,Z

C] P, Q, R

D] M, N, O

115] रोटरी मोशनसाठी CNC मशीनच्या अक्षावर ....नाव दिलेले आहे.

अ] अ, ब, क

ब] X,Y,Z

C] P, Q, R

D] M, N, O

116] CNC मशीन म्हणजे......

अ] नैसर्गिक नियंत्रण यंत्र

ब] वायवीय नियंत्रण यंत्र

क] संख्यात्मक नियंत्रण यंत्र

ड] कमांड मशीन नाही

117] हायड्रोलिक पाईप बेंडिंग मशीनचे आतील फॉर्मर्स व्यासापर्यंत पाईप्स वाकवू शकतात.

अ] 40 मि.मी

ब] 100 मि.मी

क] 20 मि.मी

ड] 75 मिमी

118] ग्राइंडिंग मशीनमध्ये वापरल्या जाणाऱ्या हायड्रॉलिक द्रवपदार्थाचा गुणधर्म कोणता नाही?

अ] ते हवा नियंत्रित किंवा शोषू नये

ब] त्यामुळे हलणाऱ्या भागांना गंज येऊ नये

क] पुरेशी स्निग्धता असावी

डी] ऑपरेटिंग तापमानात त्याची वाफ होणे आवश्यक आहे

119] खालीलपैकी कोणता वायवीय प्रणालीचा फायदा आहे?

अ] कमी किमतीच्या मांडणीसाठी

ब] उत्पादनाचा दर वाढवण्यासाठी

C] कामाच्या चांगल्या वातावरणासाठी

120] न्यूमॅटिक पॉवर सिस्टमचा कोणता फायदा खालीलप्रमाणे आहे

अ] उत्पादन दर वाढीसाठी.

ब] लेआउटसाठी कमी रोख

क] कामासाठी चांगले वातावरण

ड] सर्व वर

121]हायड्रॉलिक ब्रेक सिस्टीममधील द्रवपदार्थाचा दाब नियंत्रित केला जातो

अ] कायदा उकळतो

ब] चार्ल्स कायदा

C] पास्कलचा नियम

D] वरीलपैकी कोणताही कायदा नाही

122] सिलिंडरच्या आत आणि बाहेर दोन्ही मार्गांनी द्रवपदार्थ येऊ देते

अ] पिस्टन

ब] पुश रॉड

क] प्राथमिक कप

ड] झडप तपासा

औद्योगिक प्रशिक्षण संस्था

मासिक चाचणी-5, गुण- 20, तारीख:- _______________

(प्रत्येक प्रश्नाला दोन गुण असतात)

123] हवेच्या टाकीतून हवेचा अतिरिक्त दाब कमी होतो]

अ] एअर कंप्रेसर

ब] अनलोडर वाल्व

सी] सुरक्षा झडप

ड] ब्रेक चेंबर

124] हवेच्या टाकीपर्यंत पोहोचून जास्तीत जास्त हवेचा दाब नियंत्रित करते]

अ] एअर कंप्रेसर

ब] अनलोडर वाल्व

सी] सुरक्षा झडप

ड] ब्रेक चेंबर

125] विविध सर्किट्समध्ये हवेचे वितरण करते

अ] ब्रेक अॅक्ट्युएटर

ब] ड्युअल ब्रेक व्हॉल्व्ह

क] प्रणाली संरक्षण झडपा

126] एक व्होल्टेज स्त्रोत 20 ohms प्रतिकारांवर 40V चा IR ड्रॉप, 30 ohms resistance मध्ये 60V आणि 90 ohms resistance मध्ये 180V सर्व मालिका तयार करतो]लागू व्होल्टेज किती आहे?

अ] 180 वी

ब] 240 व्ही

क] 100 व्ही

ड] 280 व्ही

127] ट्यूब लाईट सर्किटमध्ये चोकचे प्रारंभिक कार्य म्हणजे...

अ] प्रारंभ करंट मर्यादित करा

ब] उच्च व्होल्टेज प्रेरित करा

C] फिलामेंट गरम करा

D] सुरू केल्यानंतर विद्युत् प्रवाह मर्यादित करा

128] पीक-टू-पीक व्होल्टेज 99V आहे] साइन वेव्हचे प्रभावी मूल्य किती मोठे आहे?

अ] 70 वी

ब] 44.5V

क] 49.5 व्ही

ड] 35 व्ही

129]मूव्हिंग कॉइल व्होल्टमीटर 10 V AC वाचतो]प्रभावी व्होल्टेज किती मोठा आहे?

अ] उच्च

ब] कमी

क] समान

D] 10% जास्त

130]एक कॅपेसिटर 200 व्होल्ट एसी लाईनवर जोडलेला आहे, त्याचे किमान व्होल्टेज रेटिंग असावे...

A]100 व्होल्ट

ब] 200 व्होल्ट

C]300 व्होल्ट

डी] 400 व्होल्ट

131]कार्बन झिंक सेलचे नाममात्र आउटपुट व्होल्टेज किती आहे?

A]12V

B] 1.5V

C]2.0V

D] 2.2V

132]सेल्स सिरीजमध्ये कनेक्ट केलेले आहेत..

A]आउटपुट व्होल्टेज वाढवा

B] आउटपुट व्होल्टेज कमी करते

C] अंतर्गत प्रतिकार कमी करा

डी] वर्तमान क्षमता वाढवा

औद्योगिक प्रशिक्षण संस्था

मासिक चाचणी-6, गुण- 20, तारीखः- ______________

(प्रत्येक प्रश्नाला दोन गुण असतात)

133] अज्ञात DC व्होल्टेज मोजायचे आहे, तुम्ही प्रथम कोणती मापन श्रेणी निवडाल?

A] 500V

B]50V

क] १.५ व्ही

D]0.5V

134]कंडक्टरमध्ये विकसित होणारी उष्णता...

अ] शक्तीचा वर्ग

B] प्रतिकाराचा वर्ग

C] प्रवाहाचा वर्ग

D] वेळेचा वर्ग

135]ट्यूब लाईट सर्किटमधील चोकचे दुसरे कार्य म्हणजे...

अ] प्रारंभ करंट मर्यादित करा

ब]उच्च व्होल्टेज प्रेरित करा

C] फिलामेंट गरम करा

डी] सुरू केल्यानंतर प्रवाह मर्यादित करा

136]एक हलणारे लोखंडी ammeter 10 A वाचतो] दोलनाचा शिखर प्रवाह किती मोठा आहे?

A] 7.07 A

ब]१.१४१४अ

C]70.7 A

ड] १४.१ ए

137] पॉवर कंपन्यांना पॉवर फॅक्टर सुधारण्यात रस आहे

अ]रेषा प्रवाह कमी करा

ब] मोटर कार्यक्षमता वाढवा

C]व्होल्ट-अँपिअर्स वाढवा

डी] शक्ती कमी करा

138] RL समांतर सर्किटमध्ये, एकूण विद्युत् प्रवाहाच्या विरोधाला...

अ] प्रतिक्रिया

ब] प्रतिकार

C] सदिश बेरीज

डी] प्रतिबाधा

139] मायक्रो अँपिअर रेटिंगचा अज्ञात थेट प्रवाह मोजायचा आहे, तुम्ही प्रथम कोणती मापन श्रेणी निवडाल?

A]20 मायक्रो अँप

B] 15 मायक्रो अँप

C]150 मायक्रो अँप

डी] 500 मायक्रो अँप

140]पृथ्वी वाहक जमिनीवर जाण्यासाठी मार्ग प्रदान करतो..

अ] गळती करंट

ब]प्रवाहापेक्षा जास्त

C] उच्च व्होल्टेज

डी] सर्किट करंट

141] कोणते उपकरण विद्युत प्रवाहाच्या गरम होण्यावर कार्य करते?

अ] तापदायक दिवा

ब] द्विधातु थर्मोस्टॅट

C]HRC फ्यूज
डी] टोस्टर
142] सोलेनॉइडचे दोन टर्मिनल कनेक्ट करा]
अ] पिनियन
ब] ओव्हर रनिंग क्लच
क] प्लंजर डिस्क
ड] घट्ट पकड

औद्योगिक प्रशिक्षण संस्था

मासिक चाचणी-7, गुण- 20, तारीखः- ______________

(प्रत्येक प्रश्नाला दोन गुण असतात)

143] हॉर्न बटण दाबल्यावर विद्युतप्रवाह हॉर्नमधून वाहतो
अ] हॉर्न स्विच
ब] सोलनॉइड कॉइल
क] बॅटरी
ड] चेसिस]
144] कोरचे चुंबकाकडे वळते
अ] सोलेनोइड स्विच
ब] सक्रिय करणारी तार (गरम झाल्यावर]
C] बॅलास्ट प्रतिरोधक
डी] एक्च्युएटिंग वायर (थंड झाल्यावर]
145]कॅपॅसिटर AC मोटर लोडचे पॉवर फॅक्टर मूल्य वाढवते जेव्हा ते जोडलेले असते...
अ] मोटरसह मालिकेत
B]स्टार्टरसह मालिकेत
C] मोटरच्या समांतर
D]मुख्य वळण असलेल्या मालिकेत
146]पॉवर फॅक्टर सुधारण्यासाठी सिंक्रोनस मोटर वापरली जाते तेव्हा ...
अ]उत्साहीत
ब] अतिउत्साहीत
सी] लोड केलेले
D] लोड न करता धावणे
147]विंडिंग मिक्सर मोटरच्या मेटल केसशी विद्युत संपर्क साधल्यास वळण
आहे...
अ] ग्राउंड केलेले
ब]ओपन सर्किट केलेले

सी] शॉर्ट सर्किट

डी] लूज कनेक्ट केलेले

148]रोटरचे शेवटचे शाफ्ट निळे झाले तर ते त्याचे संकेत आहे...

अ] स्कोअरिंग

ब] जास्त गरम होणे

C] अतिशीत

ड] burring

149] एक्स्ट्रीम प्रेशर ॲडिटीव्ह (EPA] ची शक्ती सुधारण्यासाठी कटिंग फ्लुइडमध्ये मिसळले जाते.

अ] थंड करणे

ब] स्नेहन

ड] मशीन केलेल्या पृष्ठभागाचे उत्पादन

क] कटिंग झोनची स्वच्छता

150] मशीन टूल्समध्ये स्नेहक वापरण्याचा मुख्य उद्देश ------ आहे.

अ] बनवण्याचे भाग थंड करा

ब] मशीन टूल गरम होण्यापासून प्रतिबंधित करा

C] जवळच्या संपर्कासाठी बनवण्याचे भाग ओले करा

ड] बनवणाऱ्या भागांमधील घर्षण कमी करा

151] प्रतिबंधात्मक देखभाल म्हणजे ....]

अ] देखभालीमध्ये संवेदनशील उपकरणे वापरणे समाविष्ट असते

ब] देखभाल साधारणपणे ऑपरेटर स्वतः करतो

क] मशीन खराब झाल्यावरच काम चालते

ड] अनपेक्षित ब्रेक डाउन कमी करण्यासाठी योजना

152] ब्रेक डाउन मेंटेनन्स म्हणजे काय?

अ] अनपेक्षित ब्रेकडाउन कमी करण्यासाठी देखभाल

ब] देखभाल साधारणपणे ऑपरेटर स्वतः करतो

क] देखभालीमध्ये जीर्ण झालेले भाग बदलणे समाविष्ट आहे

ड] दुरूस्तीचे काम फक्त मशीनमध्ये बिघाड झाल्यावरच चालते

औद्योगिक प्रशिक्षण संस्था

मासिक चाचणी-8, गुण- 20, तारीखः- ________________

(प्रत्येक प्रश्नाला दोन गुण असतात)

153] नियमित देखभाल --------- आहे

अ] अनपेक्षित ब्रेकडाउन कमी करण्यासाठी नियोजित देखभाल केली जाते

ब] या प्रकारच्या देखभालीमध्ये संवेदनशील उपकरणाचा वापर समाविष्ट असतो

C] हे दुरूस्तीचे काम फक्त मशीनमध्ये बिघाड झाल्यावरच केले जाते

ड] या प्रकारची देखभाल सामान्यतः ऑपरेटर स्वतः करतो

154] घन साधनाची कटिंग कड बनलेली असते

अ] कार्बन स्टील

ब] सौम्य पोलाद

C] सुपर हाय स्पीड स्टील

ड] स्टिलाइट

155] सिमेंट कार्बाइड थ्रेडिंग टूलची टीप आहे

अ] brazed

ब] वेल्डेड

क] सोल्डर केलेले

ड] टांग्याला चिकटवले

156] टूल कामाच्या पृष्ठभागावर घासेल आणि कटिंग फोर्स वाढेल तेव्हा..

अ] क्लिअरन्स कोन अधिक आहे

ब] मंजूरी परी कमी आहे

क] रेक कोन अधिक आहे

ड] रेकचा कोन कमी आहे

157] कापताना चिपची निर्मिती यावर आधारित असते...

अ] उपकरणाचा रेक कोन

B] साधनाचा क्लिअरन्स कोन

क] उपकरणाचा पाचर कोन

D] साधनाचा क्लिअरन्स आणि वेज अँगल

158] खालील रेखांकनात, समोरचा क्लिअरन्स देवदूत कोणता?

अ] फ्रंट क्लिअरन्स कोन

ब] पाचर कोन

क] कटिंग कोन

ड] बॅक रेक कोन

159] कटिंग टूल जेव्हा त्याची क्रिया सुरू करते आणि या स्थानावर कटिंग फोर्स वाढतो तेव्हा टूलचा पुढील परिणाम होतो..?

अ] टूलचा क्लिअरन्स अँगल जास्त आहे

ब] टूलचा क्लिअरन्स अँगल कमी आहे

क] उपकरणाचा रेक कोन कमी आहे

ड] उपकरणाचा रेक कोन जास्त आहे

160] टूलसाठी रेक अँगलचा उद्देश काय आहे?

अ] मानसिक चिप्ससाठी योग्य दिशा
ब] कामावर उत्तम फिनिशिंग
क] साधनाचे आयुष्य वाढवण्यासाठी
ड] नोकरी आणि साधन यांच्यातील घर्षण टाळण्यासाठी

161] कटिंग टूलसाठी क्लिअरन्स अँगल देण्याचा उद्देश काय आहे?
अ] मेटल कटिंग चिप्सच्या योग्य दिशेने
ब] कामाचा फटका बसल्यावर घर्षण कमी करा
सी] नोकरी घर्षण ऋषी साठी
डी] कामावर चांगले काम करण्यासाठी

162] कटिंग टूल्सने वरच्या मध्यभागी उंची निश्चित केली तर काय होईल?
अ] शीर्ष रेक कोन वाढवा
ब] कमी शीर्ष रेक कोन
C] टॉप रेक अँगलवर कोणताही परिणाम होत नाही
डी] क्लिअरन्स कोन वाढवा

औद्योगिक प्रशिक्षण संस्था

मासिक चाचणी-9, गुण- 20, तारीख:- ______________

(प्रत्येक प्रश्नाला दोन गुण असतात)

163] कटिंग टूल सेटिंग मध्यभागी उंचीपेक्षा कमी केल्यास काय होईल?
अ] शीर्ष रेक कोन वाढवा
ब] शीर्ष रेक कोन कमी करा
C] रेकवर कोणताही परिणाम होत नाही
ड] क्लिअरन्स कोन कमी करा

164] कटिंग टूल कामाच्या केंद्राला अस्वस्थ करत असेल तर?
अ] फ्रंट क्लीयरन्स कोन वाढवा
B] समोरील मंजुरी कोन कमी करा
C] समोरच्या मंजुरीच्या कोनावर कोणताही परिणाम होत नाही
ड] त्यापैकी एकही नाही

165] कटिंग टूल जर कामाच्या केंद्राची सेटिंग खाली असेल तर?
अ] फ्रंट क्लीयरन्स कोन वाढलेला आहे
B] फ्रंट क्लीयरन्स कोन कमी आहे
C] क्लिअरन्स अँगलवर कोणताही प्रभाव नाही
ड] त्यापैकी एकही नाही

166] साधनासाठी शून्य रेक कोन द्या?
अ] साधनाचे घर्षण टाळण्यासाठी

ब] साधन आयुर्मान वाढवण्यासाठी

क] स्ट्रेट ऑफ टूल वाढवण्यासाठी

ड] कामावर चांगले काम करण्यासाठी

167] कार्बाइड टिप टूलसाठी हार्ड मटेरिअल चालू करण्यासाठी ...... आवश्यक आहे का?

अ] बाजूच्या रेकचा कोन

ब] शून्य रेक कोन

क] सकारात्मक रेक कोन

ड] नकारात्मक रेक कोन

168] कटिंग टूलची कटिंग एज तुटू नका...?

अ] खाद्य वाढ

ब] कटिंगचा वेग कमी केला

क] नाकाची लांबी कमी होणे

D] नकारात्मक रेक अँगल वापरा

169] हायड्रोलिक मशिनद्वारे हायड्रोलिक उर्जेचे दुसऱ्या रूपात रूपांतर होते. हे कोणत्या प्रकारचे ऊर्जा आहे?

अ) यांत्रिक ऊर्जा

b) विद्युत ऊर्जा

c) अणुऊर्जा

ड) लवचिक ऊर्जा

170] हायड्रोलिक टर्बाइनमध्ये कोणते तत्व वापरले जाते?

अ) फॅरेडे कायदा

b) न्यूटनचा दुसरा नियम

c) चार्ल्स कायदा

ड) ब्रॅग्स कायदा

171] टर्बाइनमध्ये वापरल्या जाणाऱ्या बादल्या आणि ब्लेड यासाठी वापरले जातात:

अ) पाण्याची दिशा बदला

b) टर्बाइन बंद करा

c) वाऱ्याचा वेग नियंत्रित करणे

ड) शक्ती पुन्हा निर्माण करणे

172] ________________ ही पाण्याच्या ऊर्जेपासून मिळणारी विद्युत शक्ती आहे.

अ) रोटो डायनॅमिक पॉवर

b) थर्मल पॉवर

c) अणुऊर्जा

ड) जलविद्युत शक्ती

औद्योगिक प्रशिक्षण संस्था

मासिक चाचणी-10, गुण- 20, तारीखः- _______________

(प्रत्येक प्रश्नाला दोन गुण असतात)

173] टर्बाईनमध्ये निर्माण होणारी कोणती उर्जा टर्बाइन शाफ्टशी जोडलेले इलेक्ट्रिक पॉवर जनरेटर चालविण्यासाठी वापरली जाते?

अ) यांत्रिक ऊर्जा

b) संभाव्य ऊर्जा

c) लवचिक ऊर्जा

ड) गतिज ऊर्जा

174] हायड्रोलिक मशिन्स या वर्गवारीत येतातः

अ) पल्व्हरायझर्स

b) गतिज यंत्रे

c) कंडेनसर

ड) रोटो-डायनॅमिक मशीनरी

175] कोणत्या प्रकारच्या टर्बाइनमधून प्रवेश केलेल्या पाण्याचा दाब बदलतो?

अ) प्रतिक्रिया टर्बाइन

b) इंपल्स टर्बाइन

c) प्रतिक्रियाशील टर्बाइन

d) कायनेटिक टर्बाइन

176] कोणत्या प्रकारच्या टर्बाइनचा वापर पाण्याच्या प्रवाहाद्वारे वेग बदलण्यासाठी केला जातो?

a) कायनेटिक टर्बाइन

b) अक्षीय प्रवाह टर्बाइन

c) इंपल्स टर्बाइन

ड) प्रतिक्रिया टर्बाइन

177] फ्रान्सिस टर्बाइन कोणत्या प्रकारचे टर्बाइन आहे?

अ) इंपल्स टर्बाइन

b) स्क्रू टर्बाइन

c) प्रतिक्रिया टर्बाइन

ड) टर्गो टर्बाइन

178]रिॲक्शन टर्बाइनचे किती प्रकार आहेत?

अ) ५

ब) ४

c) ३

ड) ९

179] फोर्नेरॉन टर्बाइन कोणत्या प्रकारचे टर्बाइन आहे?

a) आवक प्रवाह टर्बाइन

b) बाह्य प्रवाह टर्बाइन

c) मिश्रित प्रवाह टर्बाइन

d) रेडियल फ्लो टर्बाइन

180] फ्लुइड पॉवर सर्किट्स योजनाबद्ध रेखाचित्रे वापरतात:

अ) घटक कार्य तपशील सुलभ करा

b) असे करा की केवळ प्रशिक्षित व्यक्तीच कार्ये समजू शकतील

c) रेखाचित्र प्रभावी दिसावे

ड) अप्रशिक्षित व्यक्तीला समजून घ्यायला लावा

181] वायवीय चिन्ह आहे:

a) समान कार्यासाठी वापरल्या जाणाऱ्या हायड्रॉलिक चिन्हापेक्षा वेगळे

b) समान कार्यासाठी वापरल्या जाणाऱ्या हायड्रॉलिक चिन्हासारखेच

c) समान कार्यासाठी वापरल्या जाणाऱ्या हायड्रॉलिक चिन्हाशी तुलना केली जाऊ नये

d) नमूद केलेले नाही

182] वायवीय प्रणाली सहसा पेक्षा जास्त नसतात:

अ) 1 एचपी

ब) 1 ते 2 एचपी

c) 2 ते 3 एचपी

ड) 4 ते 5 एचपी

औद्योगिक प्रशिक्षण संस्था

मासिक चाचणी-11, गुण- 20, तारीख:- _______________

(प्रत्येक प्रश्नाला दोन गुण असतात)

183] सर्वाधिक हायड्रॉलिक सर्किट्स:

अ) केंद्रीय हायड्रॉलिक पॉवर युनिटमधून ऑपरेट करा

b) एअर-ओव्हर-ऑइल पॉवर युनिट्स वापरा

c) एक समर्पित पॉवर युनिट ठेवा

d) समर्पित पॉवर युनिट नाही

184] हायड्रोलिक आणि वायवीय सर्किट:

अ) सर्व फंक्शन्ससाठी त्याच प्रकारे करा

b) सर्व फंक्शन्ससाठी वेगळ्या पद्धतीने करा

c) काही अपवादांसह तेच करा

ड) सर्व कार्ये करत नाही

185] वायवीय सर्किटमधील वंगण हे आहे:

अ) ओळीतील पहिला घटक

b) ओळीतील दुसरा घटक

c) ओळीतील शेवटचा घटक

ड) ओळीतील तिसरा घटक

186] हायड्रॉलिक सिस्टिमच्या पहिल्या किमतीची तुलना वायवीय प्रणालींशी करताना, सामान्यतः ते आहेत:

अ) खरेदी करणे अधिक महाग

b) खरेदीसाठी कमी खर्चिक

c) किंमत समान आहे

ड) खर्च आवश्यक नाही

187] हायड्रॉलिक सिस्टीमच्या ऑपरेटिंग खर्चाची तुलना वायवीय प्रणालींशी करताना, सामान्यतः ते

आहेत.

अ) ऑपरेट करणे अधिक महाग

b) ऑपरेट करण्यासाठी कमी खर्चिक

c) ऑपरेट करण्यासाठी खर्च समान आहे

ड) खर्च आवश्यक नाही

188] सर्वात सामान्य हायड्रॉलिक द्रव आहे:

अ) खनिज तेल

b) सिंथेटिक द्रव

c) पाणी

ड) जेल

189) हायड्रॉलिक पॉवर सिस्टममध्ये कोणता द्रव वापरला जातो?

a] पाणी

b] तेल

c] संकुचित न करता येणारा द्रव

d] वरील सर्व

190) 1 बारचा दाब समान आहे

a] 14] 5 psi

b] 145 psi

c] 12] 5 psi

d] 145 x 10-6 psi

191) ओव्हरलोडिंगचा द्रव शक्ती आणि विद्युत प्रणालींवर काय परिणाम होतो?

a] इलेक्ट्रिकल सिस्टममध्ये इलेक्ट्रिकल घटक खराब होतात

b] द्रव उर्जा प्रणाली घटकांना इजा न करता काम करणे थांबवते

क] अ] आणि ब] दोन्ही

d] वरीलपैकी काहीही नाही

192) फ्लुइड पॉवर सिस्टीममध्ये शक्ती कशी प्रसारित केली जाते?

a] शक्ती त्वरित प्रसारित केली जाते

b] शक्ती हळूहळू प्रसारित केली जाते

क] अ] आणि ब] दोन्ही

d] वरीलपैकी काहीही नाही

औद्योगिक प्रशिक्षण संस्था

मासिक चाचणी-12, गुण- 20, तारीखः- ______________

(प्रत्येक प्रश्नाला दोन गुण असतात)

193) सामान्यतः द्रव न संकुचित करता येण्याजोगे असतात परंतु जेव्हा 70 बारचा मोठा दाब लावला जातो, तेव्हा पेट्रोलियम तेल दाबले जाऊ शकते.

a] 0]त्याच्या मूळ खंडाच्या 5%

b] त्याच्या मूळ खंडाच्या 1%

c] त्याच्या मूळ खंडाच्या 5%

d] वरीलपैकी काहीही नाही

194) पिस्टनच्या आत द्रवपदार्थाच्या प्रवाहाला दिलेला प्रतिकार विकसित होतो

a] दबाव

b] बल

c] ताण

d] वरील सर्व

195) कमी दाबावर, द्रव असतात

a] दाबण्यायोग्य

b] संकुचित न करता येणारा

c] अप्रत्याशित

196) हायड्रॉलिक प्रणालींमध्ये,

a] यांत्रिक ऊर्जा तेलात हस्तांतरित केली जाते आणि नंतर यांत्रिक उर्जेमध्ये रूपांतरित होते

b] विद्युत ऊर्जा तेलात हस्तांतरित केली जाते आणि नंतर यांत्रिक उर्जेमध्ये रूपांतरित होते

c] यांत्रिक ऊर्जा तेलात हस्तांतरित केली जाते आणि विद्युत उर्जेमध्ये रूपांतरित होते

d] वरीलपैकी काहीही नाही

197) हायड्रोलिक पॉवर युनिटमध्ये खालीलपैकी कोणता घटक घटक म्हणून वापरला जातो?

a] दाब मापक

b] फिलर गेज

c] झडपा

ड] जलाशय

198) हायड्रॉलिक पॉवर युनिटमध्ये रोटरी गती वापरून साध्य केली जाते

a] हायड्रॉलिक सिलेंडर

b] वायवीय सिलेंडर

c] दोन्ही हायड्रॉलिक आणि वायवीय सिलेंडर

d] वरीलपैकी काहीही नाही

199) स्थिर विस्थापन वेन पंपचा वेग आणि प्रवाह दर यांचा काय संबंध आहे?

a] रोटरचा वेग वाढल्याने प्रवाह दर वाढतो

b] रोटरचा वेग वाढल्याने प्रवाह दर कमी होतो

c] प्रवाह दर स्थिर असतो आणि वेगातील बदलाने बदलत नाही

d] वरीलपैकी काहीही नाही

200) स्थिर विस्थापन व्हेन पंपमध्ये,

a] कामकाजाचा दाब वाढल्याने प्रवाह दर कमी होतो

b] कामकाजाचा दाब वाढल्याने प्रवाह दर वाढतो

c] प्रवाह दर स्थिर असतो आणि कामकाजाच्या दाबाने बदलत नाही

d] वरीलपैकी काहीही नाही

201) कोणत्या प्रकारची गती हायड्रोलिक अ‍ॅक्ट्युएटरद्वारे प्रसारित केली जाते?

a] रेखीय गती

b] रोटरी गती

क] अ] आणि ब] दोन्ही

d] वरीलपैकी काहीही नाही

202) इलेक्ट्रिक अ‍ॅक्ट्युएटरचे कार्य काय आहे?

a] विद्युत उर्जेचे यांत्रिक टॉर्कमध्ये रूपांतर करते

b] यांत्रिक टॉर्कचे विद्युत उर्जेमध्ये रूपांतर करते

c] यांत्रिक ऊर्जा यांत्रिक टॉर्कमध्ये रूपांतरित करते

d] वरीलपैकी काहीही नाही

www.ingramcontent.com/pod-product-compliance
Ingram Content Group UK Ltd.
Pitfield, Milton Keynes, MK11 3LW, UK
UKHW021916190726
13853UKWH00002B/698